കുറുക്കൻ@കുറുക്കൻ.കോം

കവിതകൾ

ഡോ. കെ.ജി. ബാലകൃഷ്ണൻ

ഡോ. കെ.ജി. ബാലകൃഷ്ണൻ

തൃശ്ശൂർ ജില്ലയിലെ കൊടുങ്ങല്ലൂർ താലൂക്കിൽ കയ്പമംഗലം ഗ്രാമത്തിൽ 1944 നവംബർ 24 ന് (സർട്ടിഫിക്കറ്റിൽ 1944 ജൂൺ 24) ജനനം. അച്ഛൻ കണ്ടങ്ങത്ത് ഗംഗാധരൻ മാസ്റ്റർ. അമ്മ കെ.കെ. സുലോചന. കയ്പമംഗലം ആർ.സി.യു.പി. സ്കൂൾ, പെരിഞ്ഞനം ആർ.എം. ഹൈസ്കൂൾ, ഇരിഞ്ഞാലക്കുട ക്രൈസ്റ്റ് കോളേജ്, കോഴിക്കോട് മെഡിക്കൽ കോളേജ് എന്നീ സ്ഥാപനങ്ങളിൽ പഠനം. ആരോഗ്യവകുപ്പിൽ അസിസ്റ്റന്റ് സർജൻ, സിവിൽ സർജൻ, ഗവ: ആസ്പത്രി മെഡിക്കൽ സൂപ്രണ്ട് എന്നീ തസ്തികകൾ വഹിച്ചു. കാട്ടൂർ ഗവ: ആസ്പത്രി സൂപ്രണ്ടായിരിക്കേ സർവ്വീസിൽ നിന്ന് 1999-ൽ വിരമിച്ചു. ഇപ്പോൾ കാട്ടൂരിൽ സ്ഥിരതാമസം. 1960 കളിൽ കോഴിക്കോട് മെഡിക്കൽ കോളേജ് വിദ്യാർത്ഥിയായിരിക്കേ ആകാശവാണിയിൽ സ്വന്തം കവിത അവതരിപ്പിച്ചിരുന്നു. കൂടാതെ ആ കാലയളവിൽ ആകാശവാണിക്കുവേണ്ടിയും മെഡിക്കൽ കോളേജ് ആർട്ട്സ് ക്ലബിനുവേണ്ടിയും ലളിതഗാനരചന നടത്തിയിരുന്നു. 10-ാം വയസ്സിൽ സംസ്കൃത പഠനം തുടങ്ങി. 12-ാം വയസ്സ് മുതൽ കവിതകൾ എഴുതിത്തുടങ്ങി. സ്കൂൾ കോളേജ് മാഗസിനുകളിൽ പ്രസിദ്ധം ചെയ്തു. 1966ൽ "മാതൃഭൂമി"ആഴ്ചപ്പതിപ്പിൽ ആദ്യകവിത പ്രസിദ്ധം ചെയ്തു. പിന്നീട് 1972 വരെ തുടർച്ചയായി ആനുകാലികങ്ങളിൽ (മാതൃഭൂമി, അന്വേഷണം, ജനയുഗം) കവിതകൾ എഴുതിയിരുന്നു. 1982 ൽ ഹൃദയാഘാതം അതെങ്ങനെ ഒഴിവാക്കാം? എന്നൊരു ശാസ്ത്രഗ്രന്ഥം തരംഗിണി ആഴ്ചപ്പതിപ്പിൽ ഖണ്ഡശ: പ്രസിദ്ധം ചെയ്തു.

അംഗീകാരം: ഇന്ത്യൻ മെഡിക്കൽ അസോസിയേഷൻ (ഇരിങ്ങാലക്കുട) സ്മാരകോപഹാരം 2008. വിജ്ഞാനവർദ്ധിനി സാഹിത്യ പുരസ്കാരം, ബാംഗ്ലൂർ, ശ്രീനാരായണ സാഹിത്യ പരിഷത് അവാർഡ്, സർഗ്ഗസ്വരം അവാർഡ്.

ഭാര്യ ലളിത. മക്കൾ ഗംഗേഷ്, ജഗദീഷ്. മരുമക്കൾ സ്മിത, സ്വീറ്റി. പേരക്കിടാങ്ങൾ: ലക്ഷ്മി ഗംഗേഷ്, അവ്യയ് ജഗദീഷ്.

വിലാസം: കണ്ടങ്ങത്ത്, പി.ഒ. കാട്ടൂർ, തൃശൂർ 680702.
ഫോൺ: 0480 2877447. മൊബൈൽ: 9447320801
E-mail: drbalakrishnankg@gmail.com - Blog: www.agnigeetham.blogspot.in

കുറുക്കൻ@കുറുക്കൻ.കോം

കവിതകൾ

ഡോ. കെ.ജി. ബാലകൃഷ്ണൻ

ലക്ഷ്മി ബുക്സ് & പബ്ലിക്കേഷൻസ്, ഇന്ത്യ - 680 702

kurukkan@kurukkan.com (Poems)
Malayalam (Indian)
Dr. K.G. Balakrishnan
International Edition : February 2015

Published by
Dr. K.G. Balakrishnan

Copy right:
Dr. K.G. Balakrishnan

Cover Design
Raman P. Namboothiri

Lakshmi Books & Publications
Kattoor - 680 702
Phone: +91-480-2875240, 2874735

"I marvel how Nature could ever find space
For so many contrasts in one human face:
There's thought and no thought, and paleness and bloom
And bustle and sluggishness, pleasure and gloom."

*- **William Wordsworth***

ഡോ. ബാലകൃഷ്ണന്റെ കൃതികൾ:

സംവേദനം (കവിതകൾ)	2006
സംശ്ലേഷണം (കവിതകൾ)	2006
ത്രയം (കാവ്യം)	2007
സമന്വയം (കവിതകൾ)	2007
ലബ് ഡബ് (കവിതകൾ)	2008
ലയം (കവിതകൾ)	2008
വർത്തമാനത്തിന്റെ സാക്ഷി (കവിതകൾ)	2009
അഗ്നിഗീതം – ജ്ഞാനകാണ്ഡം (കവിതകൾ)	2009
ആന്ദോളനം (കവിതകൾ)	2010
അഗ്നിഗീതം – ഉപാസനാകാണ്ഡം (കവിതകൾ)	2011
The Waves of the Ganga (English Poems) Listed and marketed globally by Amazon	2012
The Hues of the Himalaya (English Poems) Listed and marketed globally by Amazon	2013
My Muses (English Poems) Listed and marketed globally by Amazon	2013
The Australian Plant and other Poems (English Poems) Listed and marketed globally by Amazon	2013
ത്രയം (കാവ്യം) – Audio CD രചന, സംഗീതം, ആലാപനം : ഡോ. കെ.ജി. ബാലകൃഷ്ണൻ	
കുറുക്കൻ@കുറുക്കൻ.കോം (കവിതകൾ) Indian Edition	2014
Nascent Poetry (English Poems) Listed and marketed globally by Amazon	2014
Next Moment Poetry (English Poems) Listed and marketed globally by Amazon	2014
The Why (Dr. Balakrishnan English Poems complete) Listed and marketed globally by Amazon	2014

"Dictatorship naturally arises out of democracy, and the most aggravated form of tyranny and slavery out of the most extreme liberty".

- Plato

അകംപൊരുൾ

ഡോ. കെ.ജി. ബാലകൃഷ്ണൻ

ഒന്നും മുഖമൊഴിയായിട്ടില്ല.
എല്ലാം കവിതകൾതന്നെ പറയട്ടെ.

അവസാനം കൊടുത്തിരിക്കുന്ന
"ചുവന്ന നക്ഷത്രം", "മുഗ്ദ്ധസങ്കല്പം"
എന്നീ കവിതകളെക്കുറിച്ച് മാത്രം രണ്ട് വാക്ക്.

ഞാൻ കോഴിക്കോട് മെഡിക്കൽ കോളേജിൽ
പഠിക്കുമ്പോൾ എഴുതിയ "ചുവന്ന നക്ഷത്രം"

1970 ജനുവരിയിൽ മാതൃഭൂമി ആഴ്ചപ്പതിപ്പിലും,
"മുഗ്ദ്ധസങ്കല്പം" ചെന്നൈ (അന്നത്തെ
മദിരാശി) യിൽ നിന്ന് പ്രസിദ്ധീകരിച്ചിരുന്ന
പ്രസിദ്ധ മാസികയായ "അന്വേഷണ"ത്തിലും
(1969 ജൂലായ്) വന്നവയാണ്.

അന്ന് ഞാനെഴുതിയിരുന്നത്
'ജി. ബാലകൃഷ്ണൻ' എന്ന പേരിൽ.

                               -കെ.ജി. ബാലകൃഷ്ണൻ

കുറുക്കൻ@കുറുക്കൻ.കോം

പുതുക്കുളപ്പറമ്പിലെ
കുറ്റിക്കാട്ടിൽനിന്ന്
കുറുക്കൻ
ഡയമണ്ട് വില്ലയിലേയ്ക്ക്
താമസം മാറ്റി.

കുറുക്കന് കൗശലം
ആയിരം മടങ്ങ്
വൈറസ്സുകൾക്ക് കാലം
പുതിയ കരുത്ത് പകരും-
അതിജീവനത്തിന്,
ആക്രമണത്തിന്.

അന്ന് ശരം,
പിന്നെ വാൾ,
തോക്ക്,
ബോംബ്,
മിസൈൽ.

കുറുക്കൻ വശം
മൊബൈൽ,
ഉശിരൻ.

എല്ലാം ഫീഡ് ചെയ്ത് വച്ച്
കുറുക്കൻ;
കോഴി കുറുക്കൻ മുമ്പിൽ
ഹാജർ.

ഓടണ്ട, ഓടിക്കണ്ട;
പിടിക്കണ്ട,
പപ്പും തൂലും പറിക്കണ്ട
കറമുറെ കടിക്കാൻ
പാകത്തിൽ;
തീൻമേശ റെഡി.

കന്യാകുമാരി മുതൽ
കാശ്മീരം വരെ
കുറുക്കന് സ്വന്തം.

കാടും മേടും കാട്ടാനയും
നാടും നാട്ടാനയും;
എലിയും പുലിയും
എല്ലാം

പുഴവക്കും കടലോരവും
മലമുകളും കുന്നിൻ ചരിവും
കടലും ആകാശവും
കുറുക്കന് വിഹരിക്കാൻ
പാകത്തിന്.

എവിടെയും
കുറുക്കന്;
കയ്യ്, മെയ്യ്, കാത്;
മൂക്ക്, നോക്ക്, നാക്ക്.

ഇത് ഇരുപത്തൊന്നാം നൂറ്റാണ്ട് കുറുക്കൻ.
കുറുക്കന്
ഐപാഡും ബ്ലാക്ക്ബെറിയും
കൂട്ട്.
കുറുക്കൻ@കുറുക്കൻ.കോം

പൂത്തവാകയുടെ ചോപ്പ്-
എന്റെ നോട്ടം എനിക്ക് തരുന്നത്

നോട്ടം

നോക്കെത്താദൂരത്തോളം
ചക്രവാളമെന്ന് വെറുതെയൊരു സമാധാനം.

മുൻപിൻ എന്ന നുണ
മോളും, കീഴുമെന്നതും;
വെളുപ്പും കറുപ്പും
ഇല്ല.
എല്ലാം ഉള്ളത്.

നിറമേഴെന്ന് ചിത്രകാരൻ,
വർണ്ണരാജിയെന്ന് ശാസ്ത്രകാരൻ,
ഒന്നെന്ന് ദാർശനികൻ,
ഒന്നുമില്ലെന്ന് ഭ്രാന്തൻ.

കവി, കുഴിച്ച് കുഴിച്ച്
പറന്ന് പറന്ന്
എവിടെ നിന്നോ ഒഴുകിയെത്തിയ
തിരയിളക്കത്തിൽ
അലിഞ്ഞലിഞ്ഞ്.

വെറുതെ, വെറുതെ
ഒന്ന് പിൻതിരിഞ്ഞ്
ഒരു കണ്ണേറ്,
ആരോ വിളിച്ചുകൂവി- ചരിത്രം.

ഡോ. കെ.ജി. ബാലകൃഷ്ണൻ

അങ്ങനെ
ആദ്യത്തെ ചരിത്രകാരന്റെ
പിറവി
കവിക്ക് മോഹം
ഒരടി, ഒരേയൊരു; ഒരു
നീളച്ചുരുക്കം, ഒരു ചുവട്
പിൻ നടത്തം
ആവാതെ ആവാതെ
ആരുമില്ലല്ലോ പിന്നിലെന്ന്
അന്തിച്ച മനസ്സ്
പക്ഷേ, തള്ള്, തള്ള്

നിമിഷമേ നിനക്ക്
ഒരു നിമിഷം നിന്നുകൂടേ?
തന്നുകൂടേ ഒരു വീർപ്പ് നേരം!
ഹൃദയമേ, നിന്റെ മിടിപ്പിന്
ചില്ലക്ഷരമറിഞ്ഞുകൂടേ?

എന്തൊരാർപ്പ്
കേൾക്കാമതിനൊച്ചമടക്കം;
നേർത്ത് നേർത്ത്
നീയില്ലാതാവുന്നത്
എനിക്കറിയാം.
നിന്റെ കള്ളക്കളി
മുഴങ്ങാനുള്ള ഒളിച്ചിരുപ്പ്
ഈ മണിയൊച്ച മുഴുവൻ
ഏതൊരു ബകന് ഇര?

പൂജാരിയുടെ, കപ്യാരുടെ,
കൈ കഴയ്ക്കുന്നു;
മുക്രിയുടെ തൊണ്ട പൊട്ടുന്നു.
ഇനി സൂര്യനുദിക്കും;
ഇരുട്ടാലോചിക്കുന്നു–

കുറുക്കൻ@കുറുക്കൻ.കോം

ഞാനെവിടെപ്പോയൊളിക്കും?
എന്റെയിടം വെളിച്ചമേ!
നിനക്കൊഴിഞ്ഞു തരുവാൻ
കീഴ്‌വഴക്കം
തീർത്തത് ആര്?

എരിയുന്ന തീയിൽനിന്ന്
ഒരു പൊരി
ആകാശത്തിന്റെ ആഴക്കാഴ്ച-
യിലേക്ക്
കൺകൂമ്പി
ആരോ വിളിച്ചുപറഞ്ഞു- മരണം
പക്ഷെ
നീ പിറക്കുമല്ലോ
നാളെത്തന്നെ
പുലരിച്ചോപ്പായി!

പറവയുടെ പാട്ടിൽ
എന്റെ കഴിഞ്ഞ
കൺപീലിത്തുടിപ്പിന്റെ
കുഞ്ഞുവേള;
കാറ്റിനും വള്ളിച്ചെടിയുടെ
ഇലയനക്കത്തിനും
ചെമ്പകപ്പൂവിന്
എന്റെ കിനാത്തിളക്കത്തിന്റെ
മണം;
ഉള്ളിനുള്ളിലെ
തേൻതുള്ളിയുടെ രുചി;
എന്റെ വിരൽത്തുമ്പിന്റെ മയം;
നറുനിലാവിഴയുടെ ഈണം.

ഇവിടെ, എന്റെ കവിത
പൂത്ത വാകയുടെ ചോപ്പ്
അരുണ
ചെന്തീയിൽ നിന്നുണർന്ന നീ,
ആയിരം കോമരം
തുള്ളിയുറയുന്ന നീ,
ഇരുളും വെളിച്ചവും
ഒന്നായലിഞ്ഞ്
അന്തമില്ലായ്മയിൽ
വാണരുളുന്ന നീ
ദേവി.

ഞാനറിയുന്നു നിന്നെ
നിന്റെ നിഴലിനെ,
നിന്റെ പള്ളിവാളിനെ
ഞാൻ കേൾക്കുന്നു;
ഈ നിമിഷം
ഇന്നലെക്കേട്ടതും
നാളെ കേൾക്കുന്നതും
നിന്റെ ചിലമ്പൊലി
എന്റെ നോട്ടം
എനിക്കു തരുന്നത്.

സ്വാതന്ത്ര്യത്തിന്റെ വരവ്ചെലവ്

1

പറഞ്ഞ് കേട്ടിട്ടുണ്ട്
പണ്ട്
രണ്ട് പേർ കാശിക്ക്
പോയപ്പോൾ
സംഭവിച്ചത്.

അലിഞ്ഞും പറന്നും
പോകുന്നവരുടെ
ഇണക്കത്തിന്റെ ഗതി–
ഭഗവാനെ,
നിന്റെ അരുൾ
(സംഭവാമി–)
എന്റെ ഉള്ളിന്
എന്നുമെന്നും പൊരുൾ

2

എന്നാലും;
ജനുവരി മുപ്പതിന്,
നാഥുറാം!
നിന്റെ വെടിയൊച്ച–

അതിൽ
ഇന്നിന്റെ
മടക്കപ്പെരുക്കമായിരുന്നോ!

3
നാട്ടിൽ ഈച്ചയും കൊതുകും
പാർട്ടിയും
മുട്ടയിട്ട് പെരുകുന്നത്.

അനന്തപുരിയിൽ
നിരന്തരം
അഴിമതിപ്പെപ്പ്
പൊട്ടുന്നത്

ഡൽഹിയിൽ
കഥ, കവിത, തോറ്റംപാട്ട്.

ആഗസ്റ്റ് പതിനഞ്ചിന്
ഏകാഹം.

ജനുവരി ഇരുപത്തിയാറിന്
ശത്രുസംഹാര പുഷ്പാഞ്ജലി,
മഹാഗണപതി ഹോമം,
പ്രഭാഷണം.

4
കാലകേയവധം,
ദുര്യോധനവധം
ഇവ കഴിഞ്ഞ്
പാണ്ഡവശ്രേഷ്ഠരുടെ
നടുനിവർത്തൽ.

ധർമ്മപുത്രർക്ക്
കളിവേഷച്ചമയത്തിരക്ക്

പക്ഷെ,
ഭഗവാനെ,
അഞ്ച് വർഷത്തിലൊരിക്കൽ
ഭാരതയുദ്ധം-
ഇത് കുറെ കടുപ്പം-
ഈ കുണ്ടാമണ്ടി;
ചുറ്റിക്കളി;
സൊല്ല
(അല്ലപിന്നെ)
ഒരു ഭരണഘടനാശ്ലോകംകൊണ്ട്
ഒഴിവാക്കാമായിരുന്നു
അങ്ങേക്ക്
വല്ലാത്ത ഈ പൊല്ലാപ്പ്
(അടിയന്തിരം)

(ചരിത്രം ആവർത്തിക്കുമെന്ന്
ആരോ പറഞ്ഞ്വെച്ചിട്ടുണ്ടല്ലോ)

ഈ പരിശുദ്ധഗ്രന്ഥക്കെട്ട്
ചിതലരിച്ച് തീരാറായി;
പക്ഷെ
വല്മീകത്തിനുള്ളിൽനിന്ന്
ഒരു വാല്മീകി പിറക്കും
മാനിഷാദ ഉച്ചരിക്കും.
എന്റെ വ്യാമോഹം
(തൽക്കാലം, ചിതലിന് സുഖം)

5
ഫലശ്രുതി-
എനിക്ക്
എന്നും
തോറ്റ് തുന്നംപാടാൻ വിധി.

നുണമരങ്ങൾ പൂത്തുലയും കാലം

കാറുത്ത കാഴ്ചകൾ
കാളിന്ദിയായി
കാളിയൻ ബഹുവചനത്തിൽ
കാകോളം തുള്ളി

അല്ലും പകലും
കിരാതനർത്തനമാടി
നോക്കിലും നാക്കിലും
നിഴൽച്ചാർത്തിലും
വീർപ്പിലും വിയർപ്പിലും
അകവും പുറവും തിങ്ങിനിറഞ്ഞ്
നുണനാറ്റം വമിച്ച്
ആയിരം കള്ളക്കഥ നിറം ചാലിച്ച്
കരിമൂർഖന്മാരുടെ രാസലീല.

രാമനും കൃഷ്ണനും
അവനവനും അവനുമിവനും ഒരു പോലെ
ഇല്ലിക്കാടുകൾ പൂത്തുലയും വൃന്ദാവനം

സൂരജയും വിണ്ണാറും നീയായി ചമഞ്ഞിട്ടും
അമ്മേ, രുദ്രെ, നിനക്ക് രൗദ്രനടനം വിധി
നേരിനൊരു നാമ്പ് പോലും കിളിർക്കാക്കാലം
മിന്നാമിനുങ്ങ് ഒരുതരി വെട്ടത്തിനായി-
കിതക്കും കാലം.

രാപ്പകൽ ചിതയൊരുക്കി
മഹാമാരിതീർക്കും ഒരായിരം ചാവുകൾക്കായി
കൺപാർക്കും കാലം-
നീലനിറമാർന്ന തെളിവാനിൽ
കരിന്തിരി പാഴ്മണം
പടർത്തും കാലം.

പുല്ലാങ്കുഴൽവിളി
ഒളിവിൽ പരുപരുപ്പ്;
കറുപ്പ് വെളുപ്പിനെ വിഴുങ്ങും
നുണമരങ്ങൾ പൂത്തുലയും കാലം.

പൊറാട്ടും പുലയാട്ടും

1

നിമിഷത്തിന്
ഒരേ നിറവും മണവും രുചിയും
ആയിരുന്നെങ്കിൽ,
ലോകമെത്ര വിരസമായേനെ!
വിരിയാനും കരിയാനും
ഈണം ചമയ്ക്കുന്നത്
ഒരേ ഇഴ.

ഉണർച്ചയ്ക്ക് ഉറക്കവും
ഉറക്കത്തിന് ഉണർച്ചയും
അകമ്പടി.
തുടിപ്പ്
നേരത്തുടർച്ചയെന്ന
നേരറിഞ്ഞവൻ
മുനി.

പറയാനുള്ളത്
തുടിയുരുളൊച്ച
ഉണർത്തിച്ചുകൊള്ളും
തിരുമുമ്പിൽ

ഇളംകാറ്റായും
നുള്ളായും തുള്ളിയായും
മിഴിചിമ്മിത്തുറക്കലായും
ഉള്ളിനുള്ളിൽ ഇമയാടും
കോൾമയിർകൊള്ളലായും
മിന്നൽച്ചിറപ്പായും
മുഴക്കമായും
കൊടുങ്കാറ്റായും
പേമാരിയായും
വേനൽപ്പൊരിച്ചലായും
രാഗം, താനം, പല്ലവിയായും
കാക്കപ്പുള്ളിയായി
കണ്ടുകണ്ടെന്ന കുഞ്ഞുതോന്നലിന്
പൊഴുതുതീർത്ത്
നിലാക്കണങ്ങളുടെ തുളസിമാല കോർത്ത്
വനമാലിയുടെ കഴുത്തിൽ ഒട്ടിച്ചേർന്ന്.
പണിപ്പുരയിൽ ക്ഷണാംശം ഇഴചേർന്ന്
പാലാഴി കടയാൻ അതിരെഴാക്കയറായി
കടകോലായി
നിന്റെ ഒട്ടലില്ലായ്മ
തിരിഞ്ഞ്, എതിർതിരിഞ്ഞ്
ഒരു തുടം വെണ്ണമയം വേർതിരിഞ്ഞ്
വീർപ്പ്വേവിൽ
ഉരുകിയുരുകി
നറുമെയ്മണമുതിർന്ന്
കളിതന്നെ, കളി;
ലീലയെന്ന് ഋഷിയുടെ ചിരി

2

അതാ നോക്കൂ!
കവലയിൽ
നേതാവിന്റെ നിറപ്പടം

നിറപുഞ്ചിരിയിൽ,
ബ്യൂട്ടീഷ്യന്റെ കരവിരുത്
കമ്പ്യൂട്ടർ കഴിച്ചുകൊടുത്തത്
പത്ത്, പതിനഞ്ച്, ഇരുപത്തഞ്ച്
(ആയുസ്സുനീട്ടുവാനായെങ്കിലെന്ന്
മുതുമുത്തപ്പൻ;
ബാപ്പുജിയുടെ സമകാലികൻ;-
യയാതി മോഹം)
കൊന്ന് കൊലവിളിച്ച്
ആര് ആരെ? (നുണ നേരിനെ?)
നേര് നുണയെയെന്നത് നുണ.
നൂറു നക്ഷത്രമുദിച്ചെന്ന കാനൽ;
നൂറായിരം ബ്ലാക്ക്ഹോളിൽ
വീണെന്ന ഉള്ളുരുക്കം.
ലക്ഷം സമയത്തിരയുടെ പുറകിലൊളിച്ച്
എന്നാലും ഉത്സവം പൊടിപൊടിച്ച്
എന്റെ കണ്ണിൽ
പൊടിയെറിഞ്ഞ്
പൊറാട്ട്
(മറയ്ക്കുള്ളിൽ പുലയാട്ട്)

കൊന്ന പൂക്കുന്നു വെറുതെ

കൊന്ന പൂക്കുന്നു പതിവുപോലെ
ഉത്തര-ഉത്തര......... ആധുനികനായി
നീ എന്നെ ബലാത്സംഗം ചെയ്യുന്നു.

പ്രശസ്തിയുടെ മന്ദരംകൊണ്ട്,
അഹന്തയുടെ പാശംകൊണ്ട്
പ്രിയകവേ, എനിക്കു നോവുന്നു.

ഈ പാൽ കടഞ്ഞ് കാകോളം

(മഥന മൈഥുനം പക്ഷെ
ഉഭയസമ്മത പ്രകാരമാവണം-മുനി)

സുഹൃത്തേ, ഇത്,
സത്യം, സമത്വം, സ്വാതന്ത്ര്യം
സംഗമിക്കുന്ന ത്രിവേണിയെന്ന്
കരുതിയത് എന്റെ മൗഢ്യം

സാന്ദ്രാനന്ദത്തിനായി
കൊടുംതപസ്സ്-
താപസന്ന് വെടിയുണ്ട-
1948 ജനുവരി 30.

അത് ഇന്നിന്റെ നാന്ദി

പച്ചപ്പുൽതകിടിപ്പുറം
മരു
പൂന്തേനരുവി
വിഷച്ചാർ.

കാളകൂട പാനത്തിന്
മഹാദേവൻ എവിടെ?
ദേവാസുര നിന്റെ
കാപട്യത്തിന്റെ
അറുതി എന്ന്?
"തങ്ങളെ തങ്ങളാൽ
തങ്ങൾ ഭരിക്കുന്ന
മംഗല്യമാർന്ന ഭരണകൂടം"!

വോട്ട് പാട്ട്

ഓരോ നിമിഷക്കാഴ്ചയിലും
നിന്റെയിമയനക്കം;

ആവനാഴി; -മലരമ്പന്റെ, വിജയന്റെ.
നീയൊച്ചയില്ലായ്മയുടെ തേരാളി;

നേരത്തിന്റെ അരചൻ,
നേരമില്ലായ്മയുടെ കാവൽക്കാരൻ.

ഈ നേരത്തുടിപ്പ്; - നീ, നിന്റെ.
നീയൊരുപക്ഷേ അവതാരമായി
നിറം പൊഴിയാം
അന്തകനായി നിണമണിയാം
നിഴലായിക്കറുക്കാം
അഴലായിരുളാം,
ഉണ്മയായുണരാം
തിന്മയായാകാശംമുട്ടെ
വളരാം.

തിമിരമായ് കൊടുകാട്ടിൽ
കതിരവനെക്കെടുക്കാം.
സിംഹമായ് ഗർജ്ജിക്കാം
പറവയായ്ക്കുറുകാം
മയിലായാടാം

കുയിലായീണമിടാം
നൂറായിപ്പെരുകാം
നീറായൊടുങ്ങാം.

പിന്നെ നിനക്ക് കൈപൊക്കിയ
എന്നെ
ആഴിയാഴത്തിൽ
കല്ലുകെട്ടിയാഴ്ത്താം.
അല്ലെങ്കിൽ ശുചീന്ദ്രം വിധിക്കാം.
ഉറയിൽ നിന്നുടവാളൂരി,
ഉറക്കെ, – അട്ടഹസിച്ച്
നീതിയുടെ പുതുനാമ്പുകൾ
അരിഞ്ഞുതള്ളാം.
നാളെയുടെ തിരിവെട്ടത്തിന്
മറയൊരുക്കാം.
അറിയാമെനിക്ക് നിന്നെ;
നിന്റെ വീർപ്പിലെ
ചീമുട്ട;
എനിക്ക് തുടൽ തീർക്കാൻ
നീമെനഞ്ഞ തിരക്കഥ.

ഇത്ര, ഇത്രമാത്രം നിനക്ക് വേണ്ടത്–
വോട്ടുയന്ത്രത്തിൽ
നിന്റെ
അഹന്തയ്ക്ക്നേരെ
എന്റെ
നിസ്സഹായതയുടെ
വിരലമർച്ച.

എന്റെ നടുവിരൽത്തുമ്പിൽ
കുങ്കുമം
നാളയുടെ നെറുകയിലണിയാൻ
തിരുനെറ്റിയിലും ഉൾത്തുടിപ്പിലും
വാരിവാരി വിതറാൻ.

ദേവിയുടെ കാൽച്ചിലമ്പൊലി
എനിക്കുകേൾക്കാം–
പള്ളിവാളൊളി
എട്ടുദിക്കിലും
ചക്രവാളത്തിന്റെ നിറവെട്ടത്തിലും
വെളുത്ത മേഘക്കീറുകളുടെ
ചിറകിളക്കത്തിലും.
കാണാമെനിക്ക്
നിന്റെ കൊതിക്കെറുവിന്റെ പട്ടട,
നിന്റെ മുഖമറ
അതിൽ വീണെരിയുന്നത്;
നീ, അഗ്നിശലഭമായി
കാലത്തിനിരയാകുന്നത്.

ഒരു കഥ, തുടർക്കഥ, നേര്

കടലായ കടലെല്ലാം
കറുത്ത കാര് പെയ്തത്.
വെള്ളിമേഘങ്ങൾ അലുക്ക് തീർത്ത്
ഇളവെയിലും ഇളംമഞ്ഞും
കുളിരും ഇക്കിളിയും
ഞാറ്റുവേലയും വേലയും
വേലിയേറ്റവും പുതുമഴയും
ഇലയും പൂവും കായും
കുഞ്ഞുകനവും
ഒരു നുള്ള് നൊമ്പരവും
ഇത്തിരി ഇഷ്ടത്തിന്റെ വിങ്ങലും
വിതുമ്പലും വേവുമുണ്ടായി.

വെളുപ്പ് പാഴ്ച്ചിരിയായി
പതിനാറ് കോണിലും മുഴങ്ങി,
പതിനാറടിയന്തിരക്കണക്ക്
ഉള്ളത്തിൽ മുളപൊട്ടിയതങ്ങനെ.

കടലിൽ ആയിരം അലകളുണ്ടായി
അലകടലാവിയായി,
വാതാവരണമായി,
കാലാവസ്ഥയായി
കാമുകന്റെ മനസ്സ്
തിങ്ങിവിങ്ങി.
യക്ഷന് പൊറുതിമുട്ടിയപ്പോൾ, അത്
അളകാപുരിയിലേയ്ക്ക് ദൂതുപോയി,
മയിലാടി.
മഴയായ മഴയെല്ലാം പെയ്തിറങ്ങി

പുഴയായ പുഴയെല്ലാം
കരകവിഞ്ഞു.

മല, തലയുയർത്തിനിന്ന്
കാർമേഘത്തെ പുണർന്നു
വീണ്ടും വീണ്ടും മുകിൽ പെയ്തു കൂട്ടി.
അവസാനം, പേമാരിയായി, പ്രളയമായി
ആനന്ദം, തിരയായി, തിരയായി,
എണ്ണിയാൽത്തീരാതായി.
തിര, കരയിലലിഞ്ഞ് തീരമുണ്ടായി.
മലയും പുഴയും താഴ്വരകൾ തീർത്തു.
അവിടെ ആദ്യം,
കാലടിയും കൈപ്പാടും പതിഞ്ഞു.

അടികളുടെ നീണ്ട നിര ചാലായി,
വഴിയായി, പാതയായി അങ്ങനെ.
ശിശിരം, വസന്തം, ഗ്രീഷ്മം,
വർഷം, ശരത്ത്, ഹേമന്തം.
കാലം ഒഴുകിയൊഴുകി,
യുഗയുഗാന്തരങ്ങളും
കല്പവും; തുടർച്ചപ്പെരുക്കം.
അതെന്റെ മനസ്സായി,
മനസ്സ് മനനമായി
മനനം വെളിച്ചമായി
വീണ്ടും, കവിതയായി
ആകാശത്ത് പാറിക്കളിച്ചു.

വെള്ളിമേഘത്തിന്,
ചിരിച്ചുല്ലസിക്കാൻ
കറുപ്പ് പെയ്തിറങ്ങി
ആഴിയേഴും അലയടിച്ചാർക്കണം.

ഡോ. കെ.ജി. ബാലകൃഷ്ണൻ

അറിവ് ശീല്

"ഭൂവാദി ഭൂതമതിനാവാസമില്ലവെറു-
മാഭാസമാമിതറിവി-
ന്നാഭാവിശേഷമതിനാവാസമിങ്ങുലകി-
ലാപാദിതം ഭവതിയാൽ,
നാവാദിതൻ വിഷയിതാവാസമറ്റ ഭവ-
ദാവാസമാകെ വിലസും.
ദ്യോവാണതിന്റെ മഹിമാവാരറിഞ്ഞു ജന-
നീ! വാഴ്ത്തുവാനുമരുതേ!"
(ജനനീ നവരത്നമഞ്ജരി ശ്ലോ. 9)

നീ നിറകുടമമ്മേ, നിന്നിൽനിന്നൊരു തുള്ളി
തൂവിയീയിളം താരിനുയിരായുണർന്നാവൂ!
നിൻതിരുതുടിയിഴയിളക്കം പുളകമായ്
പൊൻതിരിവെളിച്ചമായ്, അഹസ്സായ്ച്ചമഞ്ഞാവൂ!
നിൻമിഴിയുതിർക്കുമീ ചെമ്പൂവിന്നിതൾമയം
വിണ്ണിലെ വിതാനത്തിൽ നിറമായ് നിറഞ്ഞാവൂ!
ആമയമറിയാതെയറിവായലിഞ്ഞാവൂ
തൂമയിലൊരു കുഞ്ഞുകണമായ്പ്പൊലിഞ്ഞാവൂ!
രാവിതിലിരുൾപോക്കുമിന്ദുവായ്ക്കനിഞ്ഞാവൂ
വേവിതിലൊരു തുടം കനിവായ്ക്കിനിഞ്ഞാവൂ!
നാവിതിൽ നറുനേരിന്നുറവായ് മിഴിഞ്ഞാവൂ
ഭൂവിതിൻ ലവണമായ്, ഉണ്മയായ് കിളിർത്താവൂ!!

ഗുരു

ഗോളം-
ഉറുമ്പ്, എവിടേയ്ക്ക് പോയാലും
അവിടെത്തന്നെ തിരിച്ചുവരും.
കയ്പമംഗലം
കൊടുങ്ങല്ലൂർ
തൃശൂര്
കേരളം
ഭാരതം
ഏഷ്യ
ഉത്തരാർധഗോളം
ഭൂഗോളം-
സൂര്യൻ,
ആകാശഗംഗ
അതെ; അപരിമേയം, അപാരം, അനന്വയം,
അനിർവചനീയം എന്നൊക്കെ

പുറവും അകവും
ഏകമാകുമ്പോൾ
അനുഭൂതി,
സൂക്ഷ്മാൽ സൂക്ഷ്മം.
സൃഷ്ടിയുടെ ആധാരമൂലം,
*വൈചിത്ര്യം
അളവിന്
മൂന്നുളവ്**
-സാന്ദ്രം, സൂക്ഷ്മം, തപ്തം

പൊഴുത്,
വിസ്ഫോടനം
ഇല്ലാക്കാലത്തുടക്കം
വികാസം – സൂക്ഷ്മം സ്ഥൂലമായേ തീരൂ
എത്ര? അതിരില്ല
സ്ഥൂലം സൂക്ഷമമാകും
എപ്പോൾ? അറിയില്ല
അതുതന്നെ അറിവ്

ഏകം ദ്വയമാകുന്നത് പ്രസവം
ദ്വയമേകമാകുന്നത് പ്രതിപ്രസവം
ഏകവും അനന്തവും ഏകം;
ആവർത്തനം
ഉറുമ്പിന്റെ യാത്രയുടെ
തുടക്കം, ഒടുക്കം

ഉറുമ്പുകൾ,
ഒന്നിനുപിറകെ
യാത്രചെയ്തുകൊണ്ടേയിരിക്കും;
ഒന്നായി.
ഒന്ന്,
ഒന്നിനെ മറികടക്കില്ല;
കടിക്കില്ല; ഇടങ്കോലിടില്ല;
അമ്പെയ്യില്ല
ഗുരു.

കുറിപ്പ്:-
*വൈചിത്ര്യം - Singularity
** ഉളവ് = ഉത്ഭവം

സ്തന്യം

*നീലവെറ്റില മുറുക്കുന്നുവോ, ദിനകരൻ!
ജാലമായരുണാഭ പ്രാചിയിൽപ്പടരുമ്പോൾ!
വേണുവിലുയിരിടും സാമസംഗീതം നേരായ്
പ്രാണനിലിളം കുളുർത്തെന്നലായ് നിറയുന്നോ!
ഏതൊരു നിരാമയനിത്യനൂതനസ്പന്ദം
നാദമായ് ചിദാകാശപ്പൊരുളായ് വിരിഞ്ഞാവൂ
ആയതിൻ ചിരതപ്തസാന്ത്വനം താനാണല്ലോ
മായയായ് മധുരമായ് രാഗമായ് വിരാജിപ്പൂ!

ആദിയന്തവുമെഴാപ്പൂന്തുകിൽച്ചുരുൾച്ചാർത്താൽ
മൂടിയെന്നകമലരൊളിയായ്ത്തിരളുന്നു.
**ഭാവരൂപമായുർജ്ജദ്രവ്യമാം സമവാക്യ-
മേകമായ്, പ്രകാശത്തിൻ വേഗവർഗ്ഗാലേഖ്യമായ്
തായേ, നിൻ സമസപ്തരൂപകം പ്രഭാമയം
സ്വായത്തമായേൻ – ക്ഷീരസാഗരം സൗമ്യം ദീപ്തം!

കുറിപ്പ് :-
* നീല = ആകാശം (Space)
** E = mc^2 (Albert Einstein)
E = Energy (ഊർജ്ജം), m = mass (പിണ്ഡം),
C = Velocity of light (പ്രകാശവേഗം)

ക്ഷീരസാഗരം = സ്തന്യം

ഡോ. കെ.ജി. ബാലകൃഷ്ണൻ

നാളെ സൂര്യനുദിക്കുന്നത്
എരിയുന്ന നട്ടുച്ചയിലേയ്ക്കായിരിക്കും

എയും ബിയും കൂടിയാൽ
എക്സാവുമെന്ന്;
എയും ബിയും ഇല്ലെങ്കിൽ
എക്സില്ലെന്നും

അല്ലെങ്കിൽ,
എയും ബിയും കൂടാതിരുന്നാൽ മതി;
എ, എയായും
ബി, ബിയായും
നിന്നാൽ.

എയില്ലെങ്കിലും
ബിയില്ലെങ്കിലും
എക്സില്ല

എക്സിന്
എയും വേണം
ബിയും വേണം

പക്ഷെ,
എക്സുണ്ടായാൽ,
പിന്നെ,
എയുമില്ല, ബിയുമില്ല
എക്സ് മാത്രം.
ആ എക്സാണ് ഞാൻ
(ആരൊക്കെ സാക്ഷി!)

എങ്കിലും,
എനിക്ക് എയെ വേണ്ട
ബിയെ വേണ്ട,
എക്സായിക്കഴിഞ്ഞാൽ.

ഒന്നുമില്ലായ്മയാണ് ഞാൻ
എക്സല്ല,
അല്ലെങ്കിൽ, എക്സിന്
ഒന്നുമില്ലായ്മയുമാകാമല്ലോ.

അപ്പോൾ, ഞാൻ,
ഞാനല്ലാതാകുന്നില്ല,
എയും ബിയും
ഇല്ലെങ്കിലും

ഞാൻ ഞാനാണ്
എപ്പോഴും
നിറവായാലും
കുറവായാലും

ധനമായാലും
ഋണമായാലും
എക്സുണ്ട്
എക്സെന്ന
ഞാൻ

2

എന്റെ ഓരോ നിമിഷവും
നിന്റെ കൂടയിലേയ്ക്ക്
വീഴുന്നത്
എന്റെ ഗതികേട്

ഈ തണുതണുപ്പിലും
എരിയുന്നത് ഞാൻ
ചൂട് നുകരുന്നത് നീ

ഞാനെരിഞ്ഞ് തീരുന്നു;
നീയും നിന്റെ നേരവും
സുഖസുഷുപ്തിയിൽ
ഈ ഇരുൾ വിഴുങ്ങിത്തീർക്കുന്നത്
ഞാൻ, എക്സ്;
ഈ വെളിച്ചം
കുടിച്ചാർക്കുന്നത്
നീ, നിന്റെ ഇഷ്ടം

3

എയും ബിയും ആരെന്ന്
ആരും ചോദിക്കില്ല,
എന്നാൽ എക്സ്?
ആർക്കുമറിയണമെന്നില്ല,
അത് പരസ്യമായ രഹസ്യം.

അല്ലെങ്കിൽ,
എയും ബിയും കൂടിയാൽ
എക്സെന്ന്
ആർക്കാണറിഞ്ഞുകൂടാത്തത്?
എയും ബിയും പൂജ്യമെങ്കിൽ
എക്സ് പൂജ്യമായേ തീരൂവെന്നും

അതെ
അതുതന്നെ
എക്സ് പൂജ്യമായത്,
എയും ബിയും പൂജ്യമായതുകൊണ്ട്
എന്നാലും
എയ്ക്കും ബിയ്ക്കും
പൂജ്യമാകാതിരിക്കാമല്ലോ!
ചുരുങ്ങിയത് എയ്ക്ക്
അല്ലെങ്കിൽ ബിയ്ക്ക്!
കഷ്ടം!

4
എനിക്ക് പറയണം
എവിടെ,
എപ്പോൾ,
ആരോട്!

എന്തെന്നെനിക്കറിയാം
എങ്ങനെയെന്നും
എന്തിനെന്നും
ആർക്കുവേണ്ടിയെന്നും.

എന്നാൽ,
ആരോട്, എവിടെ,
എപ്പോൾ?

ഡോ. കെ.ജി. ബാലകൃഷ്ണൻ

എവിടെയും കാതുകൾ,
കേൾവിയുള്ളവ,
കേൾക്കുന്നില്ല.
കേൾവികേട്ടവർക്ക്
കേൾക്കാനറിയാം,
എന്നാൽ,
കേൾക്കുന്നതെന്തിന്?

കേട്ടാൽ,
കേൾവികെടുമെന്ന്
അതെ,
ഇപ്പോൾ നിങ്ങൾ കേൾക്കുന്നത്
കേഴൽ മാത്രമാണ്, എന്റെ
ഇനി നിങ്ങൾ കേൾക്കുക
ഇരമ്പമാണ്, ഞങ്ങളുടെ
വെടിയൊച്ചയാണ്; അവരുടെ
ചരിത്രം നുണപറയില്ല,
നാളെ സൂര്യനുദിക്കുന്നത്
എരിയുന്ന
നട്ടുച്ചയിലേയ്ക്ക്

അമ്മേ, നീയില്ലെങ്കിൽ
ആര് നേരത്തോണി തുഴയും?

1

അമ്മേ,
ഒരു നിമിഷാംശത്തിന്
അധിപനല്ലല്ലോ
നിന്റെയീ ധൂർത്ത്പുത്രൻ.

എന്നിട്ടും
അവന്
മലയിടിച്ചുനിരത്തണം
കടൽ കുടിച്ച് വറ്റിക്കണം
ആകാശനീലിമയിൽ
കാളിമ പരത്തണം

അമ്മേ,
നീയെനിക്ക് സമയം കടഞ്ഞ്
ഇരവും പകലും തരുന്നു,
ഞാറ്റുവേലയും ഋതുവും തരുന്നു;
ആശയും ആവേശവും
ആനന്ദവും തരുന്നു.

എങ്കിലും, അമ്മേ,
നിന്റെ പുത്രൻ
എന്നും, എപ്പോഴും
വാടകക്കാരൻ
ശരിയാണ്,

വാടകക്കാരന്
വീടും മുറ്റവും
തൂക്കേണ്ടതില്ല.

അതുകൊണ്ടാണോ
അവനിത്ര
നികൃഷ്ടനായത്?

അവൻ,
നിന്റെ ഓരോ മൺതരിയും
വീർപ്പും വേർപ്പും കണ്ണുനീർത്തുള്ളിയും
വിഷമയമാക്കുന്നത്?

2
അമ്മേ,
നിനക്ക് മടുത്തുവോ?
നീയൊരു ദിനം
അഗ്നിപ്രവേശം നടത്തി,
നിന്റെ പുത്രന്റെ
പാഴ്ക്കിനാവുകൾക്കൊപ്പം
ചാരമായി,
അവ്യക്തത്തിൽ അലിഞ്ഞ്
അനന്തമായിച്ചമയുമോ?

അമ്മേ.
അപ്പോഴും
സമയം തിരിഞ്ഞുകൊണ്ടിരിക്കുമോ?
നീയില്ലെങ്കിൽ,
അന്ന്, ആര്
നേരത്തോണി തുഴയും?

(www.poetry.com ൽ പ്രസിദ്ധീകരിച്ച (10-5-2012) The Time എന്ന ഇംഗ്ലീഷ് കവിത
യുടെ പുനരാവിഷ്കാരം.)

മലയാളിപ്പൂതി - ശരാശരി

വെടിമുഴങ്ങുവ-
തേതുതോക്കിൽനി-
ന്നറിയുമെങ്കിലും
പറയുകില്ല ഞാൻ.

പറയുകില്ല ഞാൻ-
വെറുതെയെന്തിനേ
(തൊരടി), സാക്ഷിയായ്
പഴയ കോടതി-
പ്പടി ചവിട്ടണം?

മധുരസ്വപ്നം
മെനഞ്ഞ് കൺപാർത്ത്
സുരതശയ്യ നുണഞ്ഞ്
നിദ്രയിൽ
ചിരപുരാതന-
കഥയിലെന്നപോൽ,

അരചനും സഖിയു-
"മായനാകുലം
പ്രാണനും തനുവു-
മെന്നപോലവേ
വാഴണം ധരയിൽ
നൂറുവത്സരം"

പുതിയ ഫാഷനിൽ-
പ്പണിത ഫ്ളാറ്റിൽ സ-
മ്മുദിതമാനസ-
മദിരനുകരണം;
സിനിമസീരിയൽക്കാഴ്ച
കാണണം
ജീവിതം പ്രമദ-
വനികയാകണം.

അവ്യയം

അമ്മേ, നിൻ മിഴിയെന്നി-
ലുണ്മയായുണരുന്നു
കന്മഷം കലരാതെ
വെണ്മയായൊഴുകുന്നു.
വിണ്ണാറിൻ തിരയായി,
വാണിതൻ ചിരിയായി
പൊന്നാഭ തിരളുന്ന
മൊഴിയായ് വിരിയുന്നു.
ഇന്നലെയുറങ്ങുന്നു
ഇന്നെന്നിൽ ത്തെളിയുന്നു
പുണ്യമായ് വെളിച്ചമായ്
പൊൻനാളമൊളിയുന്നു.
നിന്നിലെയോരോ കണമണുവെൻ
ചൊടികളിൽ,
വെണ്ണിലാവിഴകളി-
ലീണമായ്ച്ചമയുന്നു.
അഴകാണമ്മേ, നിന്റെ
നിത്യമാം മൗനം പോലും

പുഴയാലപിക്കും നിൻ
സ്തവമോ മധുരമാം!
ഒരു നേർക്കിനാവായെ-
ന്നുള്ളിൽ നീ തുടിക്കുന്നു;
ഒരു നീർക്കണമായെ-
ന്നാമയമൊടുക്കുന്നു,
ആയിരം തിരിയെന്നി-
ലാഴിയായ്പ്പടരുന്നു;
ജീവിതത്തേരിന്നുരുളുരുളും
നിമിഷങ്ങൾ
നീളമായ് നീളും നിത്യ-
നൂതനപഥങ്ങളിൽ
ജാലമായ് ചിദാകാശ-
പ്പൊരുളായ് നിറയുന്നു.

കുഞ്ഞിറ്റ്യമ്മാൻ കഥ-
പഴയത്, പുതിയത്

ഒന്ന്

കർക്കിടകത്തോരാമഴ നനഞ്ഞ്
കുഞ്ഞിറ്റ്യമ്മാൻ
തെങ്ങിന് തടമെടുത്ത്.

ആറു മുതൽ ആറുവരെ
നാറാണത്ത് ഭ്രാന്തൻ
പൊലികൂട്ടി.

ഓരോ മൺതരിക്കും
ഞാറ്റുവേലപ്പുളകം.
മഴക്കാറ്റ്
കുഞ്ഞിറ്റ്യമ്മാനെ
വാരിപ്പുണർന്ന്.
തെങ്ങിൻ തലപ്പിലും
മാവിലപ്പച്ചയിലും
മഴപ്പാട്ട്.
ആകാശവും വായുവും
വെളിച്ചം ഉൾത്താളമാക്കി.

കുഞ്ഞിറ്റ്യമ്മാന്റെ കൈക്കോട്ട്
കാലവേഗമറിഞ്ഞ്.

കിളച്ച് മറിച്ച് തെക്കേത്തൊടി
അന്തരീക്ഷത്തിൽ നിന്ന്
ഏഴ് നിറം, ഏഴ് സ്വരം
ആഗിരണം ചെയ്ത്.

'ഇനി,
നിന്റെ ഊഴം'
കുഞ്ഞിറ്റ്യമ്മാൻ മന്ത്രിച്ചു;
മണ്ണിനോട്,
തെങ്ങിനോട്,
മാവിനോട്, പ്ലാവിനോട്
കല്പിച്ചു.
തെക്കേക്കുളത്തിലിറങ്ങി,
കുളിച്ച് തോർത്തി,
ചുവന്ന തലപ്പാവ് ചാർത്തി,
കൈക്കോട്ട് കഴുകി
തോളിൽ വച്ച്,
കിഴക്കോട്ട്,
അഞ്ചങ്ങാടിയിലേക്ക്.

അഞ്ചങ്ങാടിയിൽ
സന്ധ്യ മയങ്ങി.
നിരനിരക്കൂരകളിൽ
മണ്ണെണ്ണച്ചിമ്മിനി
മുനിഞ്ഞു.
അക്കരെപ്പോയവർ
തിരിച്ചെത്തിയിട്ടില്ല.

ഇനി, എച്ചമ്മായി വയ്ച്ച
കഞ്ഞി; വടക്കൻ പാട്ട്; ഉറക്കം,
-മഴയുടെ ആകാശവാണി.

പുലർച്ചെ,
കൈക്കോട്ടെടുത്ത്
തൊടിയിലേക്ക്
കുഞ്ഞിറ്റ്യമ്മാന്റെ അയനം.

ഇന്നും നാളെയും മറ്റന്നാളും
(ഇന്നലെയും- പഴയ കഥ)

രണ്ട്

പുതിയ കഥയിൽ
കുഞ്ഞിറ്റ്യമ്മാൻ
പത്ത് സെന്റ് പ്രഭു

കുഞ്ഞിറ്റ്യമ്മാന്റെ മക്കൾ
രണ്ടു സെന്റുടമകൾ
-പേരക്കിടാങ്ങൾ
ഭൂരഹിതർ.

ആർ.എം. ഹൈസ്ക്കൂളിൽ
പത്ത്തോറ്റ് (ജയിച്ച്?)
വെറുതെ,
'സൽക്കാര'യുടെ സൽക്കാരം
അനുഭവിച്ച്,
ലോട്ടറി ടിക്കറ്റെടുത്ത്,
വെറുങ്കിനാവ് കാണുവോർ;
മെമ്പറാകുവാൻ കച്ചകെട്ടിയോർ;
കാർപ്പിക്കുവോർ.

പ്രവർത്തകർ, അണികൾ,
ജാഥയ്ക്ക് നീളം
കൂട്ടുവോർ; മുദ്രാവാക്യം
വിളിക്കുവോർ;
പോസ്റ്ററൊട്ടിക്കുവോർ.

ചങ്കരനും (പണ്ടത്തെ)
കൊരലുപോയ തെങ്ങും-
അഞ്ച് കൊല്ലത്തിൽ
ഒരു വോട്ടും.

*അക്കരെ = പുഴയ്ക്കക്കരെ കള്ള് ഷാപ്പിൽ
(ഇക്കരെ; (മലബാറിൽ) കേരളപ്പിറവിക്ക് മുമ്പ് പ്രോഹിബിഷൻ ഉണ്ടായിരുന്നു.)

ഭരിപ്പുകാരുടെ ഊര് ചുറ്റിക്കറക്കം

1

കാടക്കൺകടാക്ഷം;
കനകത്തിളക്കം.
പന്തയക്കുതിരയ്ക്ക്
കടിഞ്ഞാൺ

കുഞ്ചന്റെ ചിരിയുടെ
മുഴക്കപ്പെരുക്കം
ഭരിപ്പുകാരുടെ
ഊരുകറക്കം.

ഊരതടവും കരം-
കോഴ വാങ്ങും വഴക്കം,
കലിയുടെ കാല്-
വാരൽത്തഴക്കം.

2

കണ്ണുനീർച്ചാലരുവി-
മണ്ണുമാന്തിമാന്തി
അഴുക്കുചാലാവുന്നത്.
ഉരുൾപൊട്ടി
കരൾപൊട്ടി

കാലം കൂലംകുത്തിയൊഴുകി–
വോട്ടുകൂട്ടം
വെള്ളം കുടിച്ച് ചാവുന്നത്.

3
വെളുത്ത കുതിരയിലെ
ചുവപ്പ് തൊപ്പിക്കാരാ.
ഞാൻ
ഈ
പുൽക്കൊടിതുമ്പിൽ
പിടഞ്ഞാടിക്കിടപ്പുണ്ട്.

നിനക്ക് മെതിക്കാൻ
ഇനി
കുന്നലനാട്ടിൽ
ഒരു മൺകൂന?

4
നമ്മള് കൊയ്യും
വയലെല്ലാം
വില്ലകളായി
വിളഞ്ഞല്ലോ!

ഞാൻ വിരിയാം നിനക്കായി

നിമിഷം മിഴി തുറക്കുന്നത് തുടക്കം;
നിന്റെ ചുണ്ടനക്കം-
ഈ ഒച്ചയില്ലായ്മയുടെ
ഒടുക്കം;
ഏഴാമിന്ദ്രിയത്തിന്റെ
മിടിപ്പ്;
ഉൾപ്പുളകത്തിന്റെ
ഇനിപ്പ്
ഈ കുഞ്ഞുവീർപ്പ്

നിശ്ശബ്ദമെന്ന് ഋഷി;
മൗനം
ഒച്ചയില്ലായ്മ
ഒന്നുമില്ലായ്മ
പൂജ്യമെന്ന് ശാസ്ത്രകാരൻ;
സ്വപ്നമെന്ന് കവി

എന്റെ കണ്ണുനീരിന്റെ അർത്ഥം;
ആകാശനീലിമയുടെ അനർത്ഥം;
ഉൾപ്പുതുമയുടെ തിളക്കം;
അറിവെഴായ്മയിൽ
അറിവിന്റെ മുഴക്കം.

ഡോ. കെ.ജി. ബാലകൃഷ്ണൻ

വീണപൂവിനെ ഓർത്ത്
പുതുകവിയുടെ
കള്ളക്കരച്ചിൽ-
ഇനിയും പൂവിരിയുമെന്ന്
രാഷ്ട്രീയക്കാരന്റെ
തൊള്ള - തൊല്ല
ചൊറിച്ചിൽ-
നേരിനെ നുണകൊണ്ടളക്കുന്ന
തുലാസ്-
കട്ടിയും ദ്രവ്യവും
സമാസമമായില്ലെങ്കിൽ
ഇളംകാറ്റ്
കൊടുംകാറ്റാവുമെന്ന്

നിമിഷസൂചിയുടെ
കുഞ്ഞനക്കം;
കാലത്തിന്റെ കുത്തൊഴുക്കിന്
മിഴിയിളക്കം-
മണ്ണ് വെള്ളം വെളിച്ചം
ഒരിറ്റ് വായു
നേർനിറവിടം-
എനിക്ക് തരൂ
ഞാൻ വിരിയാം
നിനക്കായി!

2013! ഗുരു ഓണം ബഹിഷ്കരിക്കുന്നു.

ഓണമെത്തുന്നു
വൈകി.
പുതുതമ്പിരാക്കന്മാർ
കല്പിച്ചരുളുന്നു
അടിയാളർക്ക് അരി-
കരിക്കാടി തിളപ്പിക്കാൻ
ഒരു രൂപ
രണ്ട് രൂപ
മൂന്ന് രൂപ
വോട്ട് ലേലം
ഒരു തരം
രണ്ട് തരം
മൂന്ന് തരം
കൂടാതെ,
അടിയങ്ങൾക്ക്
ആനന്ദത്തീട്ടൂരം
കനിഞ്ഞരുളുന്നു-
(തൊഴിലുറപ്പ്)
ചാളമുറ്റത്ത്
ബിമാനമിറങ്ങാൻ-
കയറാൻ
വികസനം.

2

മടുത്തുവോ
ഗുരോ!
അങ്ങ് വന്നിരുന്നുവല്ലോ,
മുടങ്ങാതെ–
വെളുപ്പുടുത്ത്–
മഞ്ഞയുടെ
മധുരമായി

എന്തേ ഈ ഞൊടി?

ഇനി നമുക്കോണമില്ലെന്നോ
തിരുമൊഴി?

ഇല്ല
അങ്ങില്ലാതെ,
ഞങ്ങൾക്കോണമില്ല.

ഞങ്ങളുടെ
ഈ ഊരാക്കുടുക്ക്
ഊരിയെറിഞ്ഞത്
നേരായും
ആ കാരുണ്യമായിരുന്നുവല്ലോ!

3

ഇതാ
ഇവർ
കടുങ്കെട്ടിടുന്നു.
ഞങ്ങടെ

ചൂണ്ടുവിരൽത്തുമ്പിന്
മാത്രം പേർച്ച – ശേഷിപ്പ്
ഒരു തുടിപ്പ്-
ഈ വോട്ട്യന്ത്രത്തിൽ
അഞ്ചാണ്ട് കൂടുമ്പോൾ
ഒന്ന് ഞെക്കാൻ.

പുന:പ്രതിഷ്ഠക്ക്
സമയമായോ
മഹാദേവ!!

ഈ അഞ്ചാം
യുഗത്തിനെന്ത് പേര്?

ഉർവ്വശി
മേനക
രംഭ
തിലോത്തമമാരുടെ
ആട്ടവട്ടത്തിന്
താളമിട്ട്
മദനമോഹനലേഹ്യം
സേവിച്ച്
വേണ്ടതിനും വേണ്ടാത്തതിനും
രാമനെ
ശുംഭനെന്നു വിളിച്ച്
ആയിരംകണ്ണൻ.

പുലരി വന്നെന്ന്
വിളിച്ച് കൂവുന്നു
കുക്കുടക്കൂട്ടം;
രാമന്റെ കാലൊച്ചക്ക് കാതോർത്ത്
ഇര.

പാഞ്ചജന്യവും
ദേവദത്തവും
മാളുകളിൽ
വില്പനയ്ക്ക്

രാമന്റെ കോടാലിയെ
കൊള്ളാതെ കടൽ.

മെതിയടികൾ
അടുപ്പിൽ;
സിംഹാസനത്തിൽ
ഭരതൻ.

പള്ള നിറയെ കള്ള്
തൊള്ള പൊളിച്ച് കവി.

ആരവിടെ
എന്നതിന്
എന്തെടാ
എന്തിനെടാ എന്ന്.

രാമൻ സീതയെ
പീഡിപ്പിച്ചെന്നു
പരാതി.

കന്നിക്കൊയ്ത്ത്
കൽക്കരിപ്പാടത്ത്.

ഭഗവാനേ
കലിക്കു വീറുപോര;
-അഞ്ചാം യുഗത്തിന്റെ
പേര്
ഉപദേശിച്ചു തരൂ കൃഷ്ണാ!
(സമയമായില്ല)
-ചക്രപാണിയരുൾ

അച്യുത, കാളിയമർദ്ദനത്തിന് സമയം

ഇന്ദ്രാണി പോരാഞ്ഞ്,
അപ്സര പോരാഞ്ഞ്,
ഇന്ദ്രൻ-
കള്ളക്കോഴി കൂവുന്നത്-
മുനി പത്നിയെ പ്രാപിച്ച്
സഹസ്രയോനിയാകുന്നത്,
അഹല്യ
കരിമ്പാറയാകുന്നത്-
നാടാകെ
പാട്ടാകുന്നത്.

അവിടെയൊരാൽ മുളച്ചാൽ
നിനക്ക് തണൽ;
കാട്ടിലെ മരം,
തേവരുടെ കരി-
നിന്റെ കരം-
വലിയെടാ വലി.

എനിക്ക് പ്രാണവേദന;
നിനക്ക് വീണ വായന;
കത്തിയെരിയും റോം-

അച്യുത,
കാളിയമർദ്ദനത്തിന്
സമയം.

കുടുംബം

പണ്ടൊക്കെ
മുഖംമൂടി കറുപ്പ്,
ഇപ്പോൾ വെളുപ്പ്.
കൂടാതെ, മഞ്ഞ ചോപ്പ് പച്ച തുടങ്ങി
ഏഴ് എഴുന്നൂറ് ഏഴായിരം.

വേഷത്തിന് നിറപ്പകർച്ച.

പനിനീർപ്പൂവ്, കടലാസ് പൂവ്
കുടമാറ്റം നടത്തുന്നത്
കാലത്തിന്റെ പൂരക്കാഴ്ച.

പച്ചയിൽനിന്ന് കത്തിയിലേക്ക്
പുതുയുഗച്ചുവട്മാറ്റം.

ഇനിയുടെ തിട്ടമില്ലായ്മയിൽ
ചതിയുടെ ഒളിച്ചിരിപ്പ്.

രാഗവും താളവും പോലെ
വർണപ്പെരുമയുടെ അറ്റമില്ലായ്മ.

ഡോ. കെ.ജി. ബാലകൃഷ്ണൻ

നോട്ടത്തിന് അതിര് തേടി
മിഴികളുടെ പകപ്പ്.

പച്ചക്കുപ്പായമിട്ട്
കണ്ണച്ചൻകുന്ന്;
നെറുകയിൽനിന്ന്
കിഴുക്കാന്തൂക്കായി
വള്ളിച്ചെടികളുടെ
പടർച്ച;
എന്തോ തിരഞ്ഞ്

ടിപ്പർഭീഷണിയിൽ
വിരണ്ട്
കുന്നും കുടുംബവും!

നീ പണ്ടകശാല ഒരുക്കുന്നത്

എന്റെ മണ്ട ചെണ്ടയാക്കി
നിന്റെ തായമ്പക
തക്കട തരികിട
ഹീറണ്ട്യം

ചുടലയാട്ടം
മാനം പിളരുമാറ്
അട്ടഹാസം

ഇവിടെ ഈ തുടിയുടെ തേങ്ങൽ;
ഇവിടവുമവിടവുമില്ലാ-
ഗതികിട്ടാപ്രേതത്തിന്റെ
രാപ്പകലലച്ചിൽ

അഞ്ചാണ്ട്
കൂടുമ്പോൾ
എന്റെ ചൂണ്ടാണിവിരൽത്തുമ്പിൽ
ഒരോർമ്മക്കുത്ത്.
(ഇതെന്ത് കൂത്തെന്ന ഉൾവിളി)

2

ചെങ്കോട്ടയിൽ
മുന്നിറക്കൊടി
നിവർന്നത്–
കറുപ്പിൽ
വെളുപ്പുണർന്നത്
ആനന്ദപ്പുലരിയെന്ന്
ഭ്രമിച്ചത്

3

ഈ നിമിഷം ചോദിക്കുന്നു;
ഇനിയെന്തുണ്ട് ശേഷിപ്പ്–
ഇന്നിന്റെ തോൾസഞ്ചിയിൽ–
ഒരു തുള്ളി അലിവ്?
ഒരു തുടി പൊലിവ്?
പണമിട നേര്?
ഒരു നെല്ല്?

4

വരാറായി കപ്പൽ;
കാപ്പാട് കടപ്പുറം
കോൾമയിർകൊള്ളുന്നു–
നീ പണ്ടകശാലയൊരുക്കുന്നു.

മൊഴി

വിസ്മയം വിതറുന്നു
നിമിഷം ചില നേരം
തസ്കരൻ കണക്കെയെൻ
കീശ തപ്പുന്നു ഭോഷൻ.

ആരുനീയാരായുന്നു
പിന്നെയും; നിരാലംബ-
മാര് നീ മറുചോദ്യം
വെറുതെ ചോദിക്കാം ഞാൻ!

താരകമൊരായിരം,
നിയുതം ലവകല്പ-
കാരണമറിയുവാൻ
കാത്ത് നില്ക്കുന്നു ദൂരെ,

നീരജം ശുഭ്രം നിത്യ-
നൂതനം വിടരുവാൻ
സാരസാക്ഷനെ നോവാ-
യുണ്മയിൽ സൂക്ഷിക്കുന്നു.

അമ്മയായ് ക്ഷിതി, പൂജ്യ-
താതനായ്, ഊർജ്ജസ്വലൻ
സർവരക്ഷകൻ ചിന്താ-
ബന്ധുരൻ ദിവാകരൻ

അരികിൽ, എഴുപത്തി-
രണ്ട് രാഗവും മൂളി,
മതിയിലളവെഴാ
ജന്യമേളനമാടി!
നിമിഷംകിരണമായ്,
അംശുമാലിയായ് വിണ്ണിൽ;
കവിയായ് കാലത്തേരിൽ;
മൊഴിയായ് മലർച്ചുണ്ടിൽ!

വഴികൾ

പാട്ടുപാടി
തലോടി
കണ്ണിലൂതി
ഇരുട്ടിൽ പൊതിഞ്ഞ്
നിനക്കെന്നെ
ഉറക്കാം.
ഒച്ചവെച്ച് തൊട്ടുതൊട്ടു
കൺപീലിയിൽ ഉമ്മതന്ന്
വെളിച്ചംപകർന്ന്
ഉണർത്താം.

മധുരം തന്ന് മയക്കാം;
കൈപ്പേകി ഉറക്കം
കെടുത്താം.
മുല്ലപ്പൂമണത്താൽ
അനുഗ്രഹിക്കാം;
വിഷവാതകം തന്ന്
നിഗ്രഹിക്കാം.

കൂടാതെ
പാരതന്ത്ര്യത്തിൽമുക്കി
ശ്വാസംമുട്ടിച്ചു കൊല്ലാം;
സ്വാതന്ത്ര്യച്ചിറക് തന്ന്
മഹാപ്രപഞ്ചം മുഴുവൻ
പറത്താം!

കുറുക്കാ കുറുക്കാ കുറുക്കന്റെ ചേട്ടാ......

വിതുമ്പുന്നത്
ആകാശമോ, ഭൂമിയോ
അതോ
എല്ലാടവും പങ്ങി നടക്കുന്ന കാറ്റോ?
ഇന്നലെ പെയ്ത് ഉണ്ടായ
വെള്ളത്തുള്ളികളോ?
അല്ല, എന്റെ ഉൾത്തുടിപ്പ് തന്നെ!
എന്റെ തേങ്ങലിന് ഇനിയും അറുതി ഇല്ല.

2
അവന്റെ ഗർജ്ജനം എന്നെ
ഭയപ്പെടുത്തുന്നില്ല.
പക്ഷെ,
ഓരിയിടുന്നത്,
കുറുക്കാ,

ഈ കൂരിരുട്ടിന്റെ കനപ്പിൽ കമ്പനം തീർക്കുന്നത്
നിന്റെ ചേട്ടന്റെ പഴയ ദണ്ണം
കലശൽ ആയതുകൊണ്ടെന്ന്
എനിക്കറിയാം.
അതിനെന്ത് വേണമെന്ന ആയിരം ആണ്ടുകളുടെ കാകു,
ഈ നിമിഷവും ആവർത്തിക്കുന്നത്
എന്റെ നിഴലിനെപ്പോലും
വിറ കൊള്ളിക്കുന്നു.

അതിനുത്തരം–
നിനക്കെന്നെ പിടിക്കണം
അതെ,
നിനക്കെന്റെ പപ്പും തൂവലും പറിക്കണം.

(3)
എന്റെ കൂട്
യജമാനൻ മുറുക്കി അടച്ചിട്ടുണ്ട്.
താഴിട്ടിട്ടുണ്ട്.
എങ്കിലും കുറുക്കാ, നിന്റെ കൈയിൽ
കള്ളച്ചാവി ഉണ്ട്,
.... നിനക്ക് നിറപറ വെക്കുന്നവർ
അത് പണ്ടേ പണിതീർത്ത്,
എണ്ണയിട്ട്
ഒന്നുമറിയാത്ത മട്ടിൽ

അരങ്ങാച്ചരടിൽ കോർത്ത്
ഒളിച്ചുവെച്ചിട്ടുണ്ട്.

(4)
നിനക്കവരത് സമ്മാനിച്ചിട്ടുണ്ട്
കാരണം,
എന്നെ പിടിച്ച് കഴുത്ത് അറുത്ത്
'ഡ്രസ്സ് ചെയ്ത്'
കറുമുറെ കടിക്കണമല്ലോ നിനക്ക്!
(അവർക്കും!)

വെളിച്ചമേ, നയിച്ചാലും നിൻ വെളുപ്പിലേക്ക്

(1)

വെളുപ്പിൽ പതുങ്ങി
ഏഴു നാണം കുണുങ്ങികൾ
നിന്റെ ആവരണം അവർക്ക്
ഇരുളിൽനിന്നു രക്ഷ.
നീ, നിന്നിലെക്കാവാഹിച്ച്
അവർക്കരുളി നിത്യത.
ഏഴിഴകൾ നെയ്ത്
നീ, നീയായി.
അത് നിന്റെ നിശ്ചയം; മൗനം.

അല്ലയോ, അഴകേ,
നിന്റെ നിറം വെളുപ്പാണോ?
നീ വെളിച്ചമാണോ?
ഒന്നെനിക്ക് തിട്ടം–
നീ ഏഴോ എഴുന്നൂറോ
ഏഴായിരമോ ആണ്.
എഴുന്നത് ഏതും നീ.
എഴുതപ്പെടുന്നതും നീ തന്നെ.

(2)
വെളിച്ചമേ,
നീ,
പ്രത്യക്ഷമാകുമ്പോൾ,
ഇരുൾ ഒളിയുവതെങ്ങനെ?
നീ എന്താണ്? ആരാണ്?
എങ്ങും,
കറുത്ത കറുകറുത്ത കറുപ്പ്.
നീ എത്തുമ്പോൾ, അത്
നിഴലായ് ചമയുന്നോ?
നീ പോകുമ്പോൾ
നിഴൽ,
ഇരുളായി പരക്കുന്നോ?
ഇരുൾ, കൂരിരുളായി
നിറയുന്നോ?

വെളിച്ചമേ,
നയിക്കുമോ?
നിന്റെ വെളുപ്പിലേക്ക്!

ഡോ. കെ.ജി. ബാലകൃഷ്ണൻ

ഞാൻ എരപ്പാളി

എന്റെ കുത്തുപാളയിൽ നിന്റെ ഒരു വാളമരി,
ചട്ടിയിൽ ഒരു ചില്ലി,
കൂടിയാൽ ഒരോട്ടക്കാലണ,
നിനക്ക് വേണ്ടത് എന്റെ നെടുവീർപ്പ്
കത്തിയെരിഞ്ഞ വിനാഴികയുടെ
ചാരപ്പുളിപ്പ്.
നിന്റെ അടുക്കളത്തോട്ടത്തിലെ
പച്ചപ്പയറിന്
(ഇംഗ്ലീഷ് വളത്തിന് മേമ്പൊടി)

എന്റെ വലത് ചൂണ്ടാണിവിരലിൽ
നിന്റെ അവിശ്വാസം ചാർത്തുന്ന-
മാഞ്ഞുപോകാത്ത-
കറുത്ത
മഷിക്കുത്ത്.
പകരം നിന്റെ നാമധേയത്തിന്
ഒരു കൈ സഹായം
ഞാറ്റുവേലയുടെ വരവ്
കിറുകൃത്യം-
മഴയും വെയിലും
പൂവും കായും!

എനിക്ക് ചൂടാൻ കുട ഫ്രീ, തികച്ചും;
ചായുവാൻ കുടിൽ ഫ്രീ, മുക്കാലും;
ഉണ്ണുവാൻ അരിമണി ഫ്രീ, മുക്കാലേ അരക്കാലും-
രാമരാജ്യം

നിനക്ക്,
ആന, അമ്പാരി,
പട്ടുകുട, ആലവട്ടം, വെഞ്ചാമരം

നിനക്ക് പള്ളിയുറങ്ങാൻ മേട
പിന്നെ,
വർണ്ണിക്കാൻ കവി
നടപ്പിൽ, കിടപ്പിൽ, ഊണിൽ, ഉറക്കിൽ
സഭയിൽ, കാറിൽ,
ചേംബറിൽ
സംപ്രേക്ഷിക്കാൻ
ചാനൽ,
സന്ദർശിക്കാൻ റിയൽ ഷോ.
നീയെനിക്ക്
ലാലൂരും വിളപ്പിൽശാലയും
തീർത്ത്

എന്റെ നീരൂറ്റി,
കുപ്പിയിലാക്കി,
എന്റെ കണ്ണീരിന്
വിലപറഞ്ഞ്
എന്റെ നിഴലിൽ
നിന്റെ കൂർക്കം.

നിന്റെ അട്ടഹാസം,
എന്റെ നാവ് പിഴുത്,
ആരാണ് നീ?
ഞാൻ–
(നിനക്കറിയാം)
ഇരപ്പാളി.

ഡോ. കെ.ജി. ബാലകൃഷ്ണൻ

വെറുതെ മനസ്സിലൊരോളം

ഒരുതരി നേരിന്റെ തൂവെണ്മ പരതുന്നു
മലനാട്ടിലെൻ വൃദ്ധനേത്രം;
ഒരു വീർപ്പ് തേടിയെന്നോർമ്മകൾ പായുന്നു,
വെറുതെ മനസ്സിലൊരോളം.

ഇരുൾപെറും നുണകൊണ്ട്
മണിവിളക്കണയുന്നു;
കരയുന്നുമിന്നാമിനുങ്ങ്,
ഒരു കുഞ്ഞുകാറ്റിന്റെ
ദലമർമ്മരത്തിനായ്
ഉഴറുന്നുമാമരക്കോലം.

ഇനി നിനക്കരുളുവാനില്ലെൻ വിരൽത്തുമ്പിൽ
കനിവിന്റെ തുടിയൊന്നുപോലും;
സകലവും നീ നിന്റെ കെറുവിന്റെ തീനാവിൽ
പകലന്തിയെരിച്ചിടുമ്പോൾ.
ഇനി നിക്കപഹരിക്കാനെന്റെയുൾപ്പൂവിൽ
കിനിയും കിനാത്തുള്ളി മാത്രം;
ഇനി നിനക്കാചമിക്കാനനെന്റെ കരളിന്റെ
തനിമയാം കരുണയുടെ തീർത്ഥം.

"മലരണിക്കാടും മരതകക്കാന്തിയും
കരൾകവർന്നീടുന്ന" കാലം
വരുമോ
മഹാകവേ, ഇനിയുമീ നാടിന്റെ
പുലരികൾ പൂക്കുമോ വീണ്ടും?
(വെറുതെ മനസ്സിലൊരോളം)

നാലാവത്തഴിച്ചിട്ട കോഴി

കാൺക, ഇവറ്റയുടെ
ദിക്കറിയാ,
നേരം-വാരമറിയാ
നീക്ക്പോക്ക്

ഒളിച്ച് കടത്തിയ സ്പിരിറ്റ്
ഗുണം
അബ്കാരിരസതന്ത്രം-
ശൂന്യം മെനഞ്ഞ
(സൃഷ്ടി-രഹസ്യം)
പരിശുദ്ധ കേരരസം-
നുണഞ്ഞ്
നുണഞ്ഞ്
വോട്ട്കൂട്ടം.

ചിതറി
ചിന്നിച്ചിതറി;
പാതിമയങ്ങി
-ഒന്ന് മുറുക്കി മുറുമുറുക്കി-
ച്ചിക്കിപ്പെരുക്കാനാവാതെ-
പെരുക്കാനാവാതെ;
ഒന്നു പെരുക്കിപ്പെരുക്കി-
ച്ചേവലിടാനാവാതെ-
ഇവറ്റ-
നാലാവത്ത്
അഴിച്ചിട്ട കോഴികൾ

2

നാളെവെള്ളകീറും നേരം
കുറുക്കന്റെ കൂട്ടാൻചട്ടിയിൽ
പൊരിഞ്ഞ്,
കറുമുറാകടിയിൽ
ഞെരിഞ്ഞ്
ലഹരിയിലലിഞ്ഞ്
കൊടിപിടിച്ച്
ചങ്ക്പൊട്ടി
ഇങ്കിലാബ് വിളിച്ച്
ഈ താവരത്തോഴൻ

3

മദിരയിൽനിന്ന്
മഥുര, മധുര,
മധുരം ഇവ
പിറന്നെന്ന്
ഗവേഷണം.

പരാന്നഭുക്കുകൾ
ഭരിക്കും നാട്ടിൽ
ഇവറ്റ
ന്ലാവത്തഴിച്ചിട്ട കോഴികൾ,
കുക്കുടങ്ങൾ

ഹാ! ഹാ!
ജംബുകന്റെ
വിളി
ഓരി
മുഴക്കം

വിടപറയും നിമിഷത്തെക്കുറിച്ച്

വിടപറയും നിമിഷം
ഇനി ഒരിക്കലും
തിരിച്ചുവരാത്ത
ഓർമ്മയിൽ മാത്രം
പുഷ്പിക്കുന്നവൻ?
കഥയിൽ മാത്രം
ശേഷിക്കുന്നവൻ?

ഇരുളിൽ ഭൂതമായും
നിലാവിൽ നിഴലായും
പ്രത്യക്ഷപ്പെടുന്നവൻ?

മനസ്സിൽ,
പുല്ലാംകുഴലൂതുന്നവൻ;
ചിന്തയായ്
നിഴലിടുന്നവൻ?

ആയിരം വട്ടം
അജ്ഞാത-
വാതായനത്തിലൂടെ
എത്തിനോക്കുന്നവൻ?

പ്രകാശ-
വർഷങ്ങളുടെ
അകലങ്ങളിൽനിന്ന്
ഭൂതം,
വർത്തമാനം ആക്കുന്നവൻ?

വിഴുപ്പലക്കുന്നവൻ,
ഇന്നിനെ വളർത്തുന്നവൻ,
തളർത്തുന്നവൻ,
തളക്കുന്നവൻ?

വീരകഥകൾ പറഞ്ഞ്
ഇന്നിന്ന്
ഹരം പകരുന്നവൻ?

പലപ്പോഴും,
വേഷ-
പ്രച്ഛന്നനായി
എന്റെ മുന്നിൽ
അവതരിക്കുന്നവൻ?

വിടപറയും
നിമിഷത്തെ കുറിച്ച്
എനിക്കൊന്നും
അറിഞ്ഞുകൂടാ.

വന്നും പോയും നേരം

നേരം നിരങ്ങി നീങ്ങുന്നത്, ചിലപ്പോൾ
സംശയം – പോക്കോ വരവോ
പോക്ക് വരവോ?
കാറ്റ്പോലെ, മടിച്ച് മടിച്ച്
മൗനത്തിന്, അതിരെഴായ്മയുടെ
താളമായി ചുവർക്ലോക്ക്
പകലിന്റെ പിറുപിറുപ്പിൽ
നേരത്തിന്റെ ഞരക്കം
അറിഞ്ഞതേയില്ല
ഇപ്പോൾ പാതിരാവിന്റെ
വെറുങ്ങലിൽ
നിന്റെ ടിക്ക് ടിക്ക്; എന്റെയും

പൊഴുത്–
ഒന്നിന് പരുപരുപ്പ്,
ഒന്നിന് മിനുമിനുപ്പ്
വീർപ്പിന് മണം, ചൂര്
ചൂട്, ഈർപ്പം;
വെളുപ്പ്, കറുപ്പ്–
കാറ്റിന്, എല്ലാമെല്ലാം–

എന്തെല്ലാം?-
നുകരണം, പേറണം?
അകം പുറമറിയണം,
ലീനം ലായകത്തെ
തിരസ്കരിക്കുന്നതെന്തുകൊണ്ട്?
എപ്പോൾ?
അലിഞ്ഞലിഞ്ഞ് ഒന്നാകുന്നത് അലിവ്.
നീരിലൊരിക്കലമലിയാ, അല്ല-
ഒന്നിലുമൊന്നാകാ,
അലിവളവിൻ ഇല്ലായ്മ-
അതേത്?
നേര്? നുണ?
നേര്, മധുരമായി-
പുഴ, ആഴിയുടെ ആഴമായി
നുണ, കടലാസുതോണിയായി
പരപ്പിലലഞ്ഞ് ഗതികിട്ടാപ്രേതമായി.
രാവ്, ഇരുളായി
നീന്തമറിയാമനമായി
ആകാശനീലിമയിൽ
നക്ഷത്രത്തിന് കൂട്ടായി.
നിലാവ്, ഇരുൾ വിഴുങ്ങിപ്പക്ഷിയായി
അന്തമില്ലായ്മയിൽ
പറന്ന് പറന്ന്
ഉള്ളുറക്കത്തിൽ ലയിച്ച്
വെളുത്തവാവായി.
വെറുതെ, ചിലപ്പോൾ
ഓടിയെത്തുന്ന,
വീശിയകലുന്ന,
പൊരുളറിയാത്തിരപോലെ,
ഉള്ളനക്കം; നേരം.

പലനിറത്തിൽ, സ്വരത്തിൽ;
നീളം, വീതി, ആഴം.
നേരവും നേരും ഇഴപിരിഞ്ഞ്
അതിരറിയാക്കയറായി
അളവിന് അളവായി, ഏഴാഴിപ്പൊരുളായി
ചുരുളഴിഞ്ഞ്, ഏഴിനെയറിഞ്ഞ്
ഇനി, ഒരു കുഞ്ഞുകാറ്റിന്റെ
സ്വകാര്യത്തിന് കാതോർത്ത്
അകലെ മുനിയുന്ന തിരിവെളിച്ചത്തിന്
കൺകാത്ത്, നേരം വന്നും പോയും.

ഉയിർപ്പ് പറവ

അളവിന്റെ അളവെഴായ്മ.
പിറവി, മറവി–
കുമിളയുടെ കുഞ്ഞുനനവ്
നിറച്ചാർത്തിന് താളലയങ്ങൾ
കണികകളുടെ തീരാനിര,
നേരത്തുടർച്ചയുടെ ഒഴുക്ക്
ഒരു നീർത്തുള്ളിയുടെ
ഉൾത്തുടിപ്പിന്റെ നനവ്,
ഇളംകാറ്റിന്റെ സ്പർശമാത്രയിൽ
ഈ പൂങ്കിനാവിന്റെ കോരിത്തരിപ്പ്.
യാത്രയുടെ ഓരോ ചുവടിനും
നീ തരുന്ന ആക്കം
ഏഴാംമിഴിയുടെ ഈണപ്പെരുക്കം
ഇവിടെ, ഈ ഇരുട്ടിൽ
നീ പകരുന്ന തിരിവെട്ടം,
വെടിയൊച്ചകളുടെ
ഞെട്ടിവിറയലിൽ നിന്റെ
വിരൽമയത്തിന്റെ കനിവ്
നിനവുകളുടെ കോശങ്ങളിൽ
നിന്റെ പടർച്ച,
പ്രാണന്റെ ആദ്യത്തെ
ഇമയനക്കം
ഒച്ചയില്ലായ്മയിൽ
ആരുടെ കല്ലേറ്?

കുറുക്കൻ@കുറുക്കൻ.കോം

തീപ്പൊരി വിതറുവതാര്?
ഡെസിബലുകളുടെ
അണുബോംബ്
വലിച്ചെറിയുവതാര്?
തുടക്കവുമൊടുക്കവുമൊന്നെന്നറിയാത്തവർ
ഇടവേളയുടെ ആരവങ്ങളിൽ
നിശ്ചയമില്ലായ്മ തീർക്കുന്ന
പകപ്പ്-
നുണനേരെന്ന്
ഉള്ളോടുന്നവർ
ഒന്നും തിരിയാതെ
എല്ലാമറിഞ്ഞെന്ന്
വെറുതെ, വെറുതെ,
കാണാതെ കൺതുറക്കുന്നവർ.
തിരക്ക്, രാജപാതയിലും
ഈ നാട്ടിടവഴിയിലും;
എന്നെപ്പിൻതുള്ളുവാൻ
നിനക്ക്:
നിന്നെ ഒതക്കുവാൻ
എനിക്ക്.
എത്രനാൾ
ഈയൊളിച്ചുകളി;
ഈ നേര്-നുണപ്പോര്?
നിമിഷങ്ങൾ കൂടി
നേര് മിഴിതുറക്കുമ്പോൾ
നുണകണ്ണടയ്ക്കും;
അത് നേര്.
നുണ *പനപ്പെരുക്കം;
നേര് ആ **ഉയിർപ്പ്പറവ

കുറിപ്പ് :-
*പാപി പനപോലെ വളരും
**ഫീനിക്സ് പക്ഷി

ഡോ. കെ.ജി. ബാലകൃഷ്ണൻ

ഉള്ളുറക്കത്തിൽ കാണുന്ന കനവുകൾ

1

ഈ നൂലാമാലയിൽ
ഒരു നിലാവിഴത്തുടിപ്പ്,
ഒരു ചിലമ്പൊലിയുടെ ലവം,
പൂത്തുമ്പിച്ചിറകനക്കം,
നിന്റെ ഒളിച്ചിരിപ്പിന്
അറുതി.

ഇരുളിൽ, എവിടെനിന്നോ
ഒരു തൂവൊളിത്തുള്ളി
ഇറ്റുന്നത്.

ഈ ഇത്തിരിയുടെ
ഈറൻ വിഴുപ്പിൽ
തുടക്കമൊടുക്കം
കെട്ടുപിണഞ്ഞ്.

2
നീളം വീതി ആഴം–
സമയമിഥ്യയുടെ
കാനൽജലത്തിൽ
ഇന്നലെ ഇന്ന് നാളെ
തുടർച്ചയുടെ ജാലപ്പെരുക്കം;

നിന്റെ പുല്ലാംകുഴൽവിളി,
തിര, ഈണം.

3
കാതിന്
അപ്പുറം, ഇപ്പുറം,
മറുപുറം
അറിയാത്താളം;
ലയത്തിൽ മിനുമിനുപ്പ്
എന്റെ ഭ്രമം.

4
എന്റെ കൺവെളിച്ചം;
കുഞ്ഞുവെട്ടം–
വിധിയുടെ കാവൽപ്പുര;
ഇരുളിന്റെ ഉറക്കമിളപ്പ്–
കിങ്കരന്റെ ജാഗ്രത;
നിമിഷം
വെടിയൊച്ചക്ക്
കാതോർത്ത്.

5
നാളെ, ഉദയം
അന്യമെന്ന് മനസ്സ്.
എങ്കിലും
ഒരു തുടി കൂടി
ഒരു മിഴി കൂടി
നീലവാനപ്പൊലിമ
നിറപ്പിറവിയുടെ നേർമ്മ
എനിക്ക് നുകരണം.

6

ഉള്ളുറക്കത്തിൽ
കാണുന്ന കനവുകൾ
ഓർക്കാനാവുന്നില്ല;
അല്ലെങ്കിൽ,
ഞാനത് നിന്റെ കാതിൽ,
മന്ത്രിക്കുമായിരുന്നു!

6

കരിമ്പൂച്ച
എലിയെപ്പിടിക്കാൻ
അഞ്ചറിവും
ഒരേയൊരൊന്നിൽ
കൂർപ്പിച്ച്.

7

ഞാനെന്റെ ഗതികേടിന്റെ
കഥകഴിക്കാൻ ഞൊടിപാർത്ത്.
അളവുകോലിന്റെ
പൊരുളെഴായ്മ,
കാണലിന്റെ തൂക്കക്കുറവ്
എന്റെ വിമ്മിട്ടം;
ഞാൻ ശ്വസിക്കുന്നു
ഈ മലിനവായു

രണ്ടു കവിതകൾ

ഒന്ന് - വർഗം

കൊടിത്തൂവയും
നായ്ക്കുരണയും
ചേരും
ചൊറിയും;
കൊടികളുടെ
സാധാരണ ധർമം
ഒന്ന്.
ജനനം മുതൽ
വർഗസമരത്തിൽ
മൂവരും ഒരേ വർഗം,
ദ്വൈതം-അദ്വൈതം
ചൊറിഞ്ഞ് ചൊറിഞ്ഞ്
രാവും പകലും പക്കവും മാസവും
പത്ത് ദിക്കും
ഈരേഴുലകവും
ഞങ്ങൾ,
വലഞ്ഞ് വലഞ്ഞ്
ചൊറിവ് തന്ത്രങ്ങൾ
മെനഞ്ഞ് മെനഞ്ഞ്
മൂർത്തികൾ
പുതുനികുതികൾ
ആകാശ നീലിമയിൽനിന്ന്
കടയുവാൻ,

ആഴക്കടലിൽനിന്ന്
ആവാഹിക്കുവാൻ,
പദ്ധതികൾ-
പോരാഞ്ഞ് യൂനിവേർസിറ്റിയിൽ
റിസെർച്ച് ഫാക്കൽറ്റി!

ഞാൻ ചിന്തിച്ചുപോകുന്നു;
കരം,
കരംപിരിക്കാനും, കക്കാനും
കോഴവാങ്ങാനും മാത്രം!

രണ്ട് – നെയ്ത്ത്

നീ നെയ്യുന്ന വസ്ത്രം
നിനക്കുള്ളത്
വല-എനിക്കുള്ളതും

നിന്റെ രജ്ജു
എന്റെ നിഹനത്തിനു തന്നെ.
നീയെനിക്ക് വായ്പതരും-
അത്
തൂങ്ങിച്ചാവാൻ!
അപ്പോൾ
നീ നെയ്ത വെള്ളകൊണ്ട്
ഈ ശവത്തെ
പുതപ്പിക്കും.
റീത്ത് വെയ്ക്കും
ഒരിക്കലും എനിക്ക്
നാണം മറയ്ക്കാൻ തരില്ല.

നീ നിനക്കുവേണ്ടി മാത്രം!
നെയ്യുന്നു പട്ടുപുടവ.

തോണി

ഇരുൾ പ്രളയത്തിൽ തോണി
തുഴക്കാരൻ തുഴ എറിയുമ്പോൾ
കാലത്തിന്റെ പരിഹാസം:
നിന്റെ വഴികാട്ടി ആര്?
ഓളം മുറിക്കുവാനാകാതെ,
ദിശ അറിയാ പരിഭ്രാന്തിയിൽ
അനക്കമറ്റ്,
തുഴത്താളത്തിന് കാതോർക്കാതെ
തോണി.
ദിശ അറിയാ കണ്ണിൽ
തമോഗർത്തത്തിന്റെ ക്രൗര്യം;
വിശപ്പടങ്ങാതെ
ഖാണ്ഡവദഹനം.

തോണി,
തന്റേതുമാത്രമെന്ന്
അമരക്കാരന്റെ വീമ്പ്–
നിമിഷം
ഊർജ്ജമായി ചമഞ്ഞ്
തുഴയുന്നുന്നത്,
സ്വയം അലിഞ്ഞലിഞ്ഞ്
ആനന്ദത്തേൻ നുകരുന്നത്–
നേരത്തോണിയുടെ കുതിപ്പ്.

ഡോ. കെ.ജി. ബാലകൃഷ്ണൻ

തോണി,
മറുകരെ എത്തിയാൽ,
മരക്കുറ്റിയിൽ കെട്ടി,
കടവിലെ ചായക്കടയിലേക്ക്
വേഷപ്പകർച്ച....
അവിടെ ഒരു പഴയ റാന്തൽ
കെടാവിളക്കായുണ്ട്.

കുറുക്കൻ@കുറുക്കൻ.കോം

തോനെ

ഈ കടലോരത്തിരുന്ന്
കാഴ്ചയുടെ അതിരുതേടി
നടവഴിയുടെ നീളമളന്ന്
വീതിക്കണക്ക് കൂട്ടിക്കിഴിച്ച്
രണ്ടും ഒന്നെന്നോ, ഒപ്പമെന്നോ
തിട്ടമില്ലെന്നോ,
തിന്നനത്തോമെന്നോ;
തോനെയെന്നോ,
ആകാശപ്പെരുക്കം;
ആവനാഴിയിലെ
അമ്പുകളുടെ എണ്ണം
അറിയില്ലെന്നോ, അറിഞ്ഞാൽത്തന്നെ
ഏത് വില്ലേറ്റി
അന്തമില്ലായ്മയിലേയ്ക്ക് പായിച്ച്
അല്ലയോ അർജ്ജുന!
നിനക്ക് ഈ ഇരുൾപ്പരപ്പിനെ
പിളർക്കാനാവും?

ഡോ. കെ.ജി. ബാലകൃഷ്ണൻ

ആറടി മണ്ണിന്ന് അധിപൻ
അല്ലെങ്കിൽ,
ആയിരം കാതം
അറിയുവതെന്തിന്ന്?
രാവും പകലും ചേർന്ന്,
നൂറ്റൊന്നും നൂറായിരത്തൊന്നും
ആവർത്തിച്ച്,
നിന്റെ മോഹപ്പരപ്പ്.
കാലത്തിന് കാലനില്ലെന്ന്
എന്തുറപ്പ്?
ഉണ്ടാകാം,
വിളിക്കാൻ പേരില്ലെന്ന് മാത്രം.
അഥവാ, ഉണ്ടെങ്കിൽതന്നെ,
ഉച്ചരിക്കരുത്.
അതൊരു പക്ഷെ നിന്നെ
കോൾമയിർകൊള്ളിക്കുമെങ്കിലും
ഒപ്പം, ഉറപ്പായും,
അമ്പരപ്പിക്കാം!

വേണ്ട,
നീലിമലയിൽപ്പോയി
തപസ്സനുഷ്ടിക്കാം.
നിനക്ക് നിത്യതയുടെ
സാന്ത്വനമരുളാൻ,
അവിടെ, വിശറികളുമേന്തി
വനദേവതകളുണ്ടല്ലോ!
പാട്ട് പാടിത്തരാൻ കിളികളും
ഒരു കൂമ്പിൾ നീർ പകരാൻ അരുവിയിൽ

നിനക്ക് നിഴലായി അഞ്ച് ഭൂതങ്ങളും
ഉള്ളിൽ ഒരു കനവുണരുന്നു.
പാതയുടെ
അളവുകളറിയാതെ
ഗതിയറ്റ വഴിപോക്കൻ;
മരുപ്പരപ്പ്

പിന്നെ, മനസ്സിലൊരാശയമുദിച്ചു.
ആശ്വാസം.
ഞാൻ എന്തിന് വഴി തേടണം?
തേരാളിയുണ്ടല്ലോ?
കൂടാതെ, ഇരുട്ടിൽ വഴിവിളക്കും
ചൂണ്ടുപലകയും നാഴികക്കല്ലും.

സനഡുവിൽ വിദ്യ അഭ്യസിച്ച നീ

1

ഒരു പൊരി ചപ്പുചവറിനു
തീ പകരാൻ;
കാട്ടുമുളയ്ക്ക് അരണി കടയാൻ
ഒരു ഞൊടി;
ഉലയ്ക്ക് ഒരു വീർപ്പ്
തൃക്കൺതുറന്ന്
കാരിരുമ്പിനെ
ചോപ്പണിയിക്കാൻ

2

എനിക്കാടണം പിറന്നപടി–
നീ കൂക്കിവിളിക്കരുത്,
കരിങ്കൽച്ചീള്
എന്റെ നേരെ പായിക്കരുത്–
എന്നെ, ഉരുട്ടരുത്;
എന്റെ കണ്ണിൽ കാന്താരി എഴുതരുത്;
മൂത്രദ്വാരത്തിൽ ഈർക്കിലി കയറ്റരുത്.

കുറുക്കൻ@കുറുക്കൻ.കോം

3
നിനക്ക്,
പഞ്ചനക്ഷത്രത്തിൽ
സുഖശയനം,
സുഖചികിത്സ-
ചൈനീസ് വന്മതിൽകൊണ്ടു മറ.

4
എനിക്ക്, ഒന്നു മിനുങ്ങണമെങ്കിൽ,
എവിടെയുണ്ടൊരു വാർക്കബെഞ്ച്?
കുറ്റിക്കാട്, ഒരു വിരൽ മണൽത്തറ?

5
നേർ മുക്കിയ നുണ നിനക്ക് തുണ;
ഈ തെരുവുവിളക്ക് പോലും
എന്നെ ഒറ്റിക്കൊടുക്കും
ഏത് നിലാവിന്റെ നിറമില്ലായ്മ
എനിക്ക് ഉടുതുണി?
വേണ്ട
എനിക്ക് പൈക്കിടാവിനെപ്പോലെ,
ഭൂമിയുടെ ഈയറ്റത്ത്നിന്ന്
ചക്രവാളത്തിനപ്പുറത്തേയ്ക്ക്
ഓടി മറയണം.
ചിലങ്കയുടെ സ്വരം കേട്ട് മടുത്ത്,
എന്റെ ഉള്ള്
എനിക്ക് വെളിച്ചം തരുന്നത്
ഏത് ഇനി?
ഈ കാത്തിരിപ്പിന്ന്
എന്ന് അറുതി?

പത്തായം പെറുമെന്നും
ചക്കി കുത്തുമെന്നും
അമ്മ വയ്ക്കുമെന്നും
നീ, നീ തിന്നുമെന്നും

6

എന്റെ മിഴിയിലെ
ഒരു തുള്ളി
ചാലായി, തോടായി, അരുവിയായി,
പുഴയായി,
ഏഴാംകടലായി,
ആർത്തലക്കും;
സുനാമിയെന്ന്
നിനക്കറിയാം.
പ്രളയമെന്ന്
ഋഷിയുടെ നാവ്:
എങ്കിലും,
സനഡുവിൽ വിദ്യയഭ്യസിച്ച നീ
മുത്തുച്ചിപ്പിയെന്ന് പറഞ്ഞ്
എന്നെ കൊതിപ്പിക്കുന്നു.

കുറിപ്പ് :-
സനഡു– മധ്യകാല മംഗോളിയൻ ചക്രവർത്തിമാരുടെ തലസ്ഥാനം. മാന്ത്രിക
വിദ്യാപഠനകേന്ദ്രം. കാലഹരണപ്പെട്ട പ്രാചീനനഗരം.

പുറപ്പാടിനുള്ള ഒരുക്കം കാതോർക്കാം

സരോവരത്തിന്റെ പാതാളത്തിലേക്ക്
വലിച്ചുതാഴ്ത്തുന്ന തോണി.
അമ്മ പണ്ട് പറഞ്ഞുതന്നു:
അവിടെ ഭൂതത്താനുണ്ട്
വെള്ളാട്ടുംകുളത്തിന്റെ
ഉള്ളറയിൽ കുഞ്ഞലകൾ
നിശ്ശബ്ദതയ്ക്ക്
ധ്രുവതാളമിട്ട്

ഇളം കാറ്റ്
ചുണ്ടനക്കമായി
വേദസൂക്തം ഉരുവിട്ട്
എന്റെ കൊതുമ്പ് വള്ളം
അറിയാക്കയത്തിലേയ്ക്ക്
ആഴ്ന്നാഴ്ന്ന്

അന്നത്തിനായി ആകാശക്കുതിപ്പ്.

പുഴ,
ആഴിയുടെ
ആഴങ്ങളിൽ
അഭയം.
അവിടെ നീലത്തിമിംഗലം;
അച്ഛൻ പറഞ്ഞു-
ആനവിഴുങ്ങി.

ഒരു പക്ഷെ,
ഒളിച്ചിരുപ്പുണ്ടാകാം

ഡോ. കെ.ജി. ബാലകൃഷ്ണൻ

അവൻ – അവൻ ഒന്നാന്തരം
വെടിക്കോപ്പുകൾ
അവിടെ സൂക്ഷിച്ചിട്ടുണ്ടാകാം

തിര,
ഒന്നുമറിയാതെ,
(പണ്ടേപ്പോലെ)
ചുരുൾ നിവർന്ന്
ജലജാലവിദ്യയുടെ
നിമിഷപ്പഴക്കം
ഏഴാമിന്ദ്രിയമായ്,
ജന്യരാഗങ്ങളുടെ
മൗനതാളങ്ങൾ
വിരചിച്ച്

എനിക്ക് മിണ്ടാട്ടം മുട്ടിയതല്ല–
ഉള്ളിൽ, ഉള്ളിനുള്ളിൽ മുഴക്കത്തിന്റെ
സാന്ദ്രമൗനം.

റിക്ടർ സ്കെയ്ൽ ഉയർന്നുയർന്ന്
ലാവ തിളച്ചുമറിഞ്ഞ്
നിമിഷത്തുടർച്ചയിൽ പ്ലാങ്ക് സമയത്തോളം
പഴുതിനു കൺപാർത്ത്
ബലരാശികളുടെ കൂട്ടപ്പെരുക്കത്തിന്
ഒരായിരം ഹിരോഷിമയുടെ വിശ്വരൂപം.

കാഴ്ചശീവേലി കാത്ത്–
പൂരം, മേളം, കൊട്ടിക്കയറ്റം
വെടിക്കെട്ട്, നക്ഷത്രപ്പൂക്കൾ
ഒരു പക്ഷെ, സർവം കത്തിയമരും
അപ്പോഴും അഗ്നിപ്പൂക്കൾ വിടരും.
പുറപ്പാടിനുള്ള ഒരുക്കം കാതോർക്കാം:
അനക്കം

പൂർണവിരാമം

പറയുവാനറിയില്ലയെങ്കിലും
ഒരു വാക്ക് പറയുമോ,
നീയെന്റെ കാതിലെൻ സ്വപ്നമേ!
അറിയില്ലയൊന്നുമെന്നറിയാതെ–
അറിവിന്റെ
പൊരുൾ തേടുമെൻ കണ്ണിലുണരുമോ?
രൂപമായ്,
രൂപമെഴാരൂപവൈചിത്ര്യസാരമായ്,
രാഗസൗരഭ്യമായ്,
നിത്യമേ,
എന്നിലെയോരോ
അണുവിലും ചിത്രമായ്!
സത്യമേ,
അഴകെഴും
പൂർണ്ണവിരാമമായ്!

ഒരു കണം നറുകനിവ്

എന്റെ ഉൾക്കനവുകളുടെ
നേർമിഴിവിലേയ്ക്ക്
ഇളംകാറ്റേ,
നീപോലും എത്തിനോക്കുന്നത്
എന്നെ വീർപ്പുമുട്ടിക്കുന്നു.
നീളമെന്ന നേർവരയുടെ
പൊരുളെഴായ്മ
തീരാക്കറക്കത്തിന്റെ ന്യൂനമർദ്ദത്തിലേയ്ക്ക്
എന്നെ വലിച്ചിഴയ്ക്കുന്നു
ഞാൻ,
ഈയറിവുകേടിൽ
അപ്പൂപ്പൻതാടി;

പാറിക്കളിക്കുന്ന
വെറുതെ
നീ തുപ്പുന്ന നഞ്ചുമുഴുവൻ
പൊൻപതക്കമാക്കാൻ
വാതാവരണത്തിനും
പാരാവാരത്തിനും
തലയിലെഴുത്ത്

കൈലാസത്തിന്റെ കെറുവിൽ
അവന്റെ ആട്ടം
നാഴികമണിയുടെ
ടിക് ടിക്;
നേരം.
ഇപ്പോൾ നേരം നേര്,
നേരിനു നേരെ കണ്ണടയ്ക്കുന്നത്
നെറിവു കേട്.
ഇതാ വരുന്നു, സുനാമിത്തിര;
ഫുകുഷിമയുടെ പാഠം
പുതിയ പൂവിരിയുന്നതും കാത്ത്
പൂമ്പാറ്റയുടെ പാട്ട്-
കുഞ്ഞോളമായി, ഇളംകാറ്റേ
നിന്നെയിക്കിളിയിടുന്നോ!
നീയെന്റെ വേവിൽ
തേൻ പുരട്ടുന്നോ!
നാവിൽ ഒരു തുള്ളി
നീർ പകരുന്നോ!
ഇപ്പോൾ നിന്റെ വരവ്
എനിക്ക് ഒരു കണം നറുകനിവ്.

ഒച്ചയില്ലാത്ത പാട്ട്

ഒച്ചയില്ലാതെ പാടുവാൻ
എനിക്കിഷ്ടം.
രമണമൗനത്തിൽ അലിയുവാൻ
നിശ്ശബ്ദത്തിൽ
അറിവ് കുടിയിരിക്കുന്നു.
നിലാവിൽ കുളുർമ.
വെയിലിന് ചൂടുണ്ട്;
ത്വര, കാമം, ആവേഗം.
പാലിൽ വെണ്ണ പോലെ.
അരണിയിൽ അഗ്നി.
മഥനം അനിവാര്യം.
മൃതത്തിൽനിന്ന് അമൃതം;
ഒച്ചയില്ലാത്ത പാട്ട്.

കലശം ചെമ്പട്ടിൽ പൊതിഞ്ഞ്

എണ്ണ തീരുമ്പോൾ
കരിന്തിരി കത്തും
ചാവുമണം
അഞ്ചറിവിൽ
എട്ടുദിക്കിൽ പടരും;
അളവിൽ താളവട്ടത്തിൽ
ആകാശങ്ങളുടെ
അതിരെഴായ്മയിൽ
ആഴങ്ങളുടെ ഒളിവുകളിൽ

അണയുവാനായുന്ന അഗ്നി
ആളിക്കത്തും;
ചാമ്പൽ മാത്രം
അവശേഷിക്കും.
തിരികൊളുത്തിയ വിരലുകൾ
വെറുങ്ങലിച്ചാലും
എണ്ണ പകരാൻ

നിമിഷങ്ങളിൽ
വേവുണ്ടെങ്കിൽ
ത്രേതാഗ്നി തെളിയും;
നാളങ്ങളുടെ മിഴിവ്
അഗ്നിഗീതം പൊഴിയും.

ഇന്നലയുടെ കനവുകളിൽ
കാളകൂടം പകർന്ന്
ഇന്നിലേയ്ക്കാവാഹിക്കുമ്പോൾ
അറിയുന്നില്ല,
ഇന്ന് ഇന്നലെയാകുമെന്ന്
നാളെയിലേയ്ക്ക് നഞ്ഞ്
പതഞ്ഞൊഴുകുമെന്ന്.

നീലകണ്ഠന്റെ നൃത്തച്ചുവടുകൾ
കൈലാസത്തെ വിറകൊള്ളിക്കുന്നത്
അറിയാതെ,
ഹിമഗിരിതടങ്ങളിൽ
തപസ്സ് ചെയ്യുന്നവർ;
വേട്ടനായ്ക്കളുടെ കുര കേട്ട്
ഓടിഒളിക്കുന്ന ഹരിണികൾ;
ആർത്തിപൂണ്ട ഉണ്ടക്കണ്ണ്;

ആകെയുള്ളത്
ഒരുപിടി ചാരം-
അമ്മയെ ചുട്ടതിന്റെ ശേഷിപ്പ്
-കലശം ചെമ്പട്ടിൽ പൊതിഞ്ഞ്

ഇനിയും വിരിയും ചുവന്ന പൂവ്

അക്കരെ എത്തുവാൻ എത്ര നേരം വേണം എന്ന
ആവലാതി
എനിക്ക്
നിനക്കും.
ചുറ്റുന്ന ഊരിനും പറക്കുന്ന പറവക്കും
പാറുന്ന തുമ്പിക്കും ഇഴയുന്ന പാമ്പിനും.
ഈ വെളിച്ചത്തിനതിരുണ്ടോ?
ഈ വേഗക്കാരന്?
ഇയാളെ വെല്ലാൻ ആരുണ്ട്
ഈ അണ്ഡകടാഹത്തിൽ!
വല്ലാത്ത ഊറ്റം
എങ്കിലും നിന്റെ ഇഴകളെ ഇല്ലാതാക്കാൻ
എന്റെ അറിവുകേടിന്റെ പാഴ്ശ്രമം
ഇരുൾപ്പരപ്പിന്
നിന്നോളം തന്നെ ഓളം
പക്ഷെ അതിന് കാലൊച്ചയില്ല.
നിനക്കോ, എനിക്കറിയില്ല;
നീ ഉള്ളിടത്ത് മറ്റൊന്നിന്
ഇടമില്ലെന്നത് നേര്.
നേർക്കാഴ്ചയ്ക്ക് ആയിരം അഴക്.
പുഴയോരത്ത് കുഞ്ഞോളങ്ങളുടെ
സ്വകാര്യം.

ഡോ. കെ.ജി. ബാലകൃഷ്ണൻ

അതിന് ഒരു നാടൻ പാട്ടിന്റെ ഈണം.
നേരത്തുടിപ്പിന്റെ അലകൾ എങ്ങോട്ടെന്നില്ലാതെ
പുതുവഴികൾ തേടി.
ഒഴുക്കിൽ ഒരു പൊങ്ങുതടി.
അതിലിരുന്ന് ഒരു പച്ചതത്തയുടെ
ചിലക്കൽ.
അതിൽ എല്ലാ കവിപുംഗവരും
ഇതുവരെ എഴുതിക്കൂട്ടിയ
ചൊടിയനക്കം.
ഏതൊരു കഥ ആവർത്തിക്കപ്പെടാത്തത്?
അല്ല, തുടക്കമേത്?
ആറിനും ഏഴിനും ഉത്തരം തേടി ഇളംകാറ്റ്.
ഇത്തിരിപ്പൂവിന്റെ പാട്ട്-
ഇനിയും വിരിയും പാട്ട്.

ഗംഗ

തണുത്തുറഞ്ഞു പൂജ്യം;
ഗോമുഖത്തുനിന്ന്
ഒരൊച്ചയനക്കം;
ഉറവയായി,
കുഞ്ഞരുവിയായി
ഒന്ന്;
ഒന്നും ഒന്നും ഒന്നും
പിന്നെയും പിന്നെയും;
അങ്ങനെ ആറായി
ആറ്; അത് മനസ്സ്

ഉള്ളിൽ ഒഴുകിയെത്തുന്നത്;
അറിവ്; ഏഴ്, ഏഴാഴി.
ആഴങ്ങളിൽ ആഴ്ന്ന്,
ഏഴാമറിവായി
നിറ നിറവുകളിൽ
ഒന്നായമർന്ന്.

ഒന്ന്, ഒന്നായി,
ഉള്ള് ഉണർവായി,
തുടിയായി,
എന്റെ പുല്ലാംകുഴൽത്തുടിപ്പായി,
നീളമായി നെടുകെ കുറുകെ.

ആഴമായി അളവായി
ആയിരം മണികൾ ആർന്ന
ജപമാലയായി.

കുറിപ്പ് :-
ദേശീയ നദിയുടെ ശുദ്ധീകരണത്തിന് 28-06-2011 ൽ ഇന്ത്യയും ലോകബാങ്കും
തമ്മിൽ 100 കോടി ഡോളറിന്റെ കരാർ ഒപ്പ് വയ്ച്ചു.

എന്റെ മിടിപ്പ് - അത് എനിക്ക്മാത്രം-

സ്വാതന്ത്ര്യദിനപ്പുലരി - 2012
-ഓരോ നിമിഷത്തോടും
ആരൊക്കെയോ കാശ് ചോദിക്കുന്നു.
വാടക, വില?
-രണ്ടുമല്ല.

രേഖ കൈവശം;
ലോക്കറിൽ ഭദ്രം.

പിന്നെ?

എന്റെ ഈണം,
ഉൾപ്രപഞ്ചം.

പണ്ട് ഗാമയ്ക്ക്
ഒരു പണ്ടകശാല
കല്പിച്ചരുളിയ
സൗമനസ്യം;
എന്റെ സൂര്യൻ

പുലരിയും
പകൽപ്പൊലിമയും
തട്ടിപ്പറിച്ചത്.

കാൽക്കീഴിലെ
ഉർവരം
മാന്തി എടുത്തത്.

പശ്ചിമം
സർവസ്വവും
മോഷ്ടിച്ചത്

എനിക്ക്
ചങ്ങല തന്നത്.

എന്റെ നിറങ്ങൾ
കപ്പൽ കയറ്റിയത്.

എന്റെ വീർപ്പിന്
നീളം,
വീതി,
ആഴം
വരച്ചത്.

എന്റെ കാലടിക്ക്
അതിർ വരമ്പ്
തീർത്തത്.

ആകാശത്തിനും
വായുവിനും
വെള്ളത്തിനും

വെളിച്ചത്തിനും
രാപ്പകലിനും
തൂക്കത്തട്ടു പണിഞ്ഞത്.

എന്റെ കടലിന്
എന്നെത്തന്നെ
കടകോലാക്കിയത്.

അതെ, അത് തന്നെ

ഇല്ല, കൊടുക്കില്ല;
എന്റെ മിടിപ്പ്–
അത്,
എന്റേത് മാത്രം–

പേരില്ലാക്കവിത - 1

നൂറു നിറങ്ങൾതൻ
നറുനിലാവിൽ
പൂമണം തേടുന്ന
സാരധാരാ....,
എന്നിലെയോരോ
അണുവിൻ തുടിപ്പിലും
തരളമാം തഴുകൽ നീ
അരുളിയാലും
മനതാരിലൊരു തുള്ളി
തേനുണ്ട് നുകരുവാൻ
വരു നീ, കനവിലെ
കുതിരകളേഴുള്ള,
പതിനാലുരുള്ള,
പൊന്നും കതിരും
കുഴച്ചു ചേലിൽ
പണിതീർത്ത
തേരിലെൻ
രാഗരൂപാ....
ആരാണുതേരാളി
പാട്ടുകാരാ, നിന്റെ;
ഞായറോ തിങ്കളോ
തേൻമലർത്തെന്നലോ

പേരില്ലാക്കവിത - 2

കാർമുകിൽച്ചുമടുമായ്
ദൂരെദൂരെ
നിരനിരക്കുന്നുകൾ.
ശരമെയ്യൂ, തകരട്ടെ,
മൺകുടം, ഒഴുകട്ടെ
തെളിനീരരുവിയായ്–
കുതിരട്ടെ
പൊള്ളുന്ന മൺതരി,
പച്ചത്തഴപ്പായുണരട്ടെ
ഉള്ളിലെക്കുറുകലും
നിറമേഴിലുണരുന്ന
കവിതയും.

ഡോ. കെ.ജി. ബാലകൃഷ്ണൻ

പേരില്ലാക്കവിത - 3

ഒച്ച
വാതാവരണത്തിൽ
അലിഞ്ഞലിഞ്ഞ്
അരൂപിയായി,
ആനന്ദമായി
അപരിമേയത്തിൻ
ആലിംഗനത്തിലമർന്ന്.

കുറുക്കൻ@കുറുക്കൻ.കോം

പേരില്ലാക്കവിത - 4

ആശ
തുടിപ്പായി
നനഞ്ഞ വേവായി
നിഴൽ പോലെ
നനുനനുപ്പായി
ഇഴയിൽ കോൾമയിരായി
ഇളംകാറ്റിൻ കുശുകുശുപ്പായി
ആരുമറിയാതെ
കനവായി,
നീർക്കുമിളയോളം പോന്ന
അളവായി.

പേരില്ലാക്കവിത - 5

വായു
ചലനമായി
വെയിലിനും നിലാവിനും
മഞ്ഞിനും മാരിക്കും
മുത്തമേകി,
വാഴ്വിന്
ഉയിരായി,
ഉന്മത്തതയുടെ
അളവെഴായ്മയിൽ
ആഴ്ന്ന്.

പേരില്ലാക്കവിത - 6

കാഞ്ഞാണിയിൽ ചെന്നപ്പോൾ
ഒരത്ഭുതം;
തെങ്ങുകളിൽ
ചകിരിയും കയറുംകൊണ്ട്
പടി;
മുകളിൽ കുലയ്ക്കുപകരം
കുടം,
സങ്കടം
കയ്പമംഗലത്ത്
ഈ രസക്കാഴ്ച ഇല്ലല്ലോ.
കയ്പമംഗലം
അന്ന് എസ്. മലബാർ.
തെങ്ങിന്
പടിപ്പണ്ടമണിയാനും
നെറുകയിൽ നിറകുടം ചൂടാനും
ഐക്യകേരളം വരെ
കാത്തിരിക്കേണ്ടതുണ്ടായിരുന്നു.
ഇപ്പോൾ തെങ്ങേ വേണ്ട;
വളയമില്ലാതെ ചാടാൻ
ഷാപ്പു കോൺട്രാക്ടർക്കറിയാം
ചാടിക്കാൻ സർക്കാരിനും

പേരില്ലാക്കവിത - 7

ഇന്നലെ നീയെന്റെ
കാതിൽ പറഞ്ഞത്
കഥയോ കവിതയോ
മന്ത്രമോ,
ഓർമ്മയില്ല.
ഓർക്കുവാനല്ലല്ലോ
നീയത് ഉരുവിട്ടത്
സ്വയം അലിഞ്ഞലിഞ്ഞില്ലാതെ–
യാകുവാനായിരുന്നല്ലോ

കുറുക്കൻ@കുറുക്കൻ.കോം

പേരില്ലാക്കവിത - 8

തണൽ എന്നും കനിവ്,
തണൽമരമേ,
നിന്നോടെനിക്കിഷ്ടം
തേൻകനിയേക്കാൾ
പതിന്മടങ്ങ്,
നീ തരുന്നത് പ്രാണകാലങ്ങളുടെ
അനുസ്യൂതി
കായ്മരം
വീർപ്പും അന്നവും അരുളവേ
അത്
നീയെന്ന് ഞാനറിയുന്നു.

ഡോ. കെ.ജി. ബാലകൃഷ്ണൻ

പേരില്ലാക്കവിത - 9

മൂവന്തിനേരത്ത്
പടിഞ്ഞാറേത്തൊടിയിലെ
മുത്തപ്പൻ പിലാനിഴൽ
ഊൺമേശമേൽ എന്തോ പരതുന്നു.

സ്വന്തം പേരക്കിടാവിന്റെ
ജഡശൗര്യം
മിനുക്കിയെടുത്ത്
ഡൈനിങ് ടേബിളാക്കി,
മുകളിൽ പളുങ്കിന്റെ
തിളങ്ങുന്ന ആവരണമണിയിച്ചത്
മുത്തപ്പന് മനസ്സിലായിട്ടുണ്ട്,
തന്റെ ഇളം തലമുറയെ ചായംകൊടുത്ത്
കരിവീട്ടിയാക്കിയതും

എന്നാലും
സ്വന്തം നിഴൽദൂതനെക്കൊണ്ട്
സംശയനിവൃത്തി വരുത്തുന്നു
മരക്കാരണവർ മുടങ്ങാതെ.

പേരില്ലാക്കവിത - 10

മരം പെയ്‌വതിൻ സ്വരം
മനസ്സിലുണർത്തുന്നത്
പെയ്‌തൊഴിഞ്ഞ മഹാമാരിയുടെ
ഓർമ്മ ചിലനേരം പേടി
ചിലനേരം പഞ്ചീകൃതമാർന്ന
ആടിയുടെ അനുഭൂതി,
മിന്നലിന്റെ വെളിച്ചം
ഒരു തുള്ളി ഒരു ത്രുടി

എങ്കിലും,
അത് തീർക്കുന്ന അതിരെഴായ്‌മയുടെ
തെളിച്ചം;
ഇടിയുടെ പൊരിച്ചൽ ഉൽക്കിടിലമായി
അഞ്ച് ആരുഢങ്ങളുടെയും
സമ്മിളിത വൈചിത്ര്യത്തിൽ
സ്ഥിതികോർജ്ജമാക്കി
സന്നിവേശിപ്പിച്ച്-
അത് നീ, ഞാനും.

ഡോ. കെ.ജി. ബാലകൃഷ്ണൻ

പേരില്ലാക്കവിത - 11

മൺമണം-
ഓരിലപ്പുല്ലിന്
പൂവില്ലാ കായില്ലാ
പേരില്ലാ നാടില്ലാ
വീടില്ലാ കോരന്
ഒരു തുള്ളി കണ്ണീരി-
ലൊരു യുഗം പേറുന്ന
നീറുന്ന
വെയിലേറ്റ് വാടുന്ന
കുഞ്ഞിളം കാറ്റേറ്റ് ചൂളുന്ന
പൂവില്ലാ കായില്ലാപ്പേരില്ലാപ്പുല്ലിന്
നിറമില്ലാ തിറമില്ലാ മിഴിയില്ലാ കാതില്ലാ
ഓരിലത്തണ്ടിന്
മൺമണം;
ആ മണം വാഴ്വിന്
നറുമണം, നാവിന്
തേൻകണം;
കന്നിനിലാവിന്നിതൾ മയം,
ഉള്ളിലൂയിരിന്
ഇഴയിലേഴീണം.

പേരില്ലാക്കവിത - 12

എന്റെ അച്ഛൻ
ഞങ്ങളുടെ ഗുരുനാഥൻ
അച്ഛന് രണ്ട് പേന
പാർക്കറിൽ അനന്തനീലിമ
അറിവ്, അലിവ്,
കാലം, മഹാപ്രപഞ്ചം,
ജീവിതം, സത്യം
നീലയിലെ വെള്ളവരകൾ
ഇന്നും ഓർമയിൽ
പൈലറ്റിൽ ചുവപ്പ്, അഗ്നി
അക്ഷരത്തെറ്റിന്
അടിയിൽ ഒരു വര,
കിഴിവ് കാൽമാർക്ക്
വ്യാകരണപ്പിശകിന്
വര രണ്ട്
കിഴിവ് അര മാർക്ക്
കണക്ക് കിറുകൃത്യം
എനിക്കും കൂട്ടുകാർക്കും.
ഇന്നലെ വാങ്ങിയ ബാൾപ്പെൻ
ഇന്ന് ചവറ്റുകൊട്ടയിൽ,
ഇന്നലെയോടൊപ്പം
ഇന്ന് പുതിയ ഞാൻ;
നാളെ?

ഡോ. കെ.ജി. ബാലകൃഷ്ണൻ

പേരില്ലാക്കവിത - 13

വെള്ളാട്ടുകുള*ത്തിലെ വെള്ളം
എവിടെപ്പോയൊളിച്ചു?
ഒത്ത നടുക്ക്, ആഴത്തിൽ
ആയിരം വർഷമായി താമസക്കാരൻ
ഭൂതത്താന് വീടില്ലാതായി.

ഭൂതത്താൻ ആകാശത്തേയ്ക്ക്
താമസം മാറ്റി
വെള്ളിമേഘങ്ങളുടെ ഉള്ളിൽ
സ്വന്തം സാമ്രാജ്യം സ്ഥാപിച്ച്
രാജാധിരാജനായി
വെള്ളിയായ വെള്ളിയെല്ലാം
വെള്ളിക്കട്ടിയായി,
പണമായി,
സ്വിസ്സ് ബാങ്കിലൊളിച്ചു.

ഇലക്ഷൻ തോറ്റപ്പോൾ
പുറത്തെടുത്ത്
ശക്തിപ്രകടനവും
കൺവെൻഷനും നടത്തി
വോട്ടറെ മയക്കി;
മദ്യമാക്കി,

പ്രതി-നിധി-കളെ
ചാക്കിലാക്കി
അധി-കാരിയായി.

മാളിക പണിതു
പേരിട്ടു.
ചിത്രകൂടം..

*ഞങ്ങടെ നാട്ടിലെ വലിയ വലിയ ഒരു പുരാതന കുളം

നിർവൃതി

*"ജ്ഞാതാജ്ഞാതസമഃ സ്വാന്യ-
ഭേദശൂന്യഃ കുതോ ഭിദാ
ഇത്യാദിവാദോ പരതി-
ര്യസ്യ തസ്യൈവ നിർവൃതിഃ"
-ശ്രീനാരായണഗുരു

വരുമോ കുഞ്ഞിക്കാറ്റേ, മൂളുമോ നീയെൻ കാതിൽ
അരണികടയുമെന്നുള്ളിനൂഷ്മളരാഗം?
സംഗസായൂജ്യം, പ്രേമസംവേദം, സംശ്ലേഷണം,
സങ്കടനിവാരണം, സത്യസംവേശം സൂക്ഷ്മം
തരുമോ മധുകുംഭം, രതിസംലയം, ജ്ഞാന-
നിറവിൻ നിരപേക്ഷ നിത്യകേവല സൗഖ്യം!

ആയിരം കിനാത്താളമറിയാം, നിലാത്തിര
ആയിരം ചുരുൾ നിവരുന്നതും; മഞ്ഞപ്പട്ടിൽ
മേദിനി നവോഢയായ്; പാതിചിമ്മിയ മിഴി-
യോതിടുമേതോ മൗനസൗമ്യസാന്ത്വനസാത്മ്യം!

ഓമനേ, നിനക്കായെൻ നിമിഷം തുടിക്കുന്നു
കാമന ജൃംഭിക്കുന്നു, നീരജം മിഴിക്കുന്നു
ഓമനേ, നിനക്കായ്ത്താൻ പ്രാചി പുഞ്ചിരിക്കുന്നു
രോമഹർഷണമോരോ നേരിലും നിനവിലും!

കുറിപ്പ് :-

*മൗനഘനമായ അനുഭവമാണ് പൂർണ്ണ നിർവൃതി. താനെന്നോ അന്യമെന്നോ ഉള്ള ഭേദം അതിലില്ല. വാദങ്ങളിൽനിന്ന് വിരമിച്ച മൗനാനുഭവം ഉള്ളവന് മാത്രമേ നിർവൃതിയുള്ളു.

അംബ

പൂനിലാപ്പുഴ നീന്തി-
യെത്തുമെൻ കുളിർകാറ്റേ,
രാവിതിന്നഴലാറ്റും
സ്പർശസാന്ത്വനം നീയേ-
നിന്തിരുവിഴയെഴും
പൊൻവിപഞ്ചിക തൂവും
കിങ്ങിണിക്കനവുക-
ളുണ്മയെ ത്രസിപ്പിക്കേ,
വിണ്ണിലുമുലകങ്ങ-
ളേഴിലും നിറയുന്നു
കുഞ്ഞിളംകാറ്റേ,
നിന്റെ മന്ത്രണം
സ്വരസപ്തം.
ആറുകാലവും മദ-
മാധവം രമണീയം;
നൂറു മംഗളഘടം
നിറയേ രാഗാമൃതം.
നിറമേഴിനും കാര്യ-
കാരണം, സുരം, ശ്വേതം;
ചിരസാകല്യം യോഗ-
ഭാസുരം കമനീയം
അലിവേ, നിന്നെപ്പറ്റി-
പ്പാടുവേൻ പ്രതിസ്പന്ദം,
പൊലിവേ, നിൻ സാന്നിദ്ധ്യം
തേടുവേനനുമാത്രം!

ഡോ. കെ.ജി. ബാലകൃഷ്ണൻ

ഊമ

ഈയിഴ തുടിക്കുന്നു;
അന്തഹീനമാം നേരം
പേയിളകിയ ശ്വാവിൻ
ചിന്തയിൽ ഭ്രമിക്കുന്നു.
ആവിപൊന്തിയ നെടു-
വീർപ്പിതിൻ സ്വനകണം
ഭൂവിനെ, മഹാവിശ്വ-
കോശത്തെക്കറക്കുന്നു.
ഈയിമയിളകുന്നു;
തൂവെളിച്ചത്തിൻ വീചി
ആയിരമനുസ്യൂതം
നിത്യമായുണരുന്നു.
കാവിമുക്കിയ വാനം
പ്രാചിയായ് പ്രതീചിയായ്
ജിവിതം കിനാത്തേരി-
ന്നുരുളായുരുളുന്നു.
പിന്നെയും സ്റ്റീഫൻ ഹോക്കിങ്ങ്
താരകാനികരത്തി-
ന്നിന്നലെ, യില്ലായിന്നാം
നാളയെത്തിരയുന്നു.
ആദിമനിമിഷാംശം കാലമായ് വിരിയുന്നു
മേദിനിയിളം തെന്നൽച്ചുരുളിൽ വിടരുന്നു.
അറിവിൻ മരക്കൊമ്പിൽ തിത്തിരി ചിലയ്ക്കുന്നു;
അറിവെന്നിളം ചുണ്ടിലൂമയായ് വിതുമ്പുന്നു.

ഭരിപ്പുകാരുടെ തിരക്ക് ആർക്ക് വേണ്ടി?

ഇവരുടെ വട്ടം;
മനസ്സ് മന്ത്രിക്കുന്നു;
ഭൂമി തിരിയുന്നത്,
സൂര്യൻ ഉദിക്കുന്നത്,
അസ്തമിക്കുന്നത്,
ആകാശം നീലിമയാർന്ന്
വിരാജിക്കുന്നത്-
ഇവർക്ക് വേണ്ടിയോ?
ദൈവമേ, ഈ ആർത്തിക്കൂട്ടം
ഓരോ മണൽത്തരിയിലും
മഴത്തുള്ളിയിലും കുളിർനിലാവലയിലും
നിന്റെ വീർപ്പിലും വേർപ്പിൽക്കൂടിയും
കാളിമ പുരട്ടുന്നത്
നീയറിയുന്നില്ലേ?
എന്റെ അമ്മയുടെ കണ്ണീരിൽ
ചോര പുരളുന്നത്
കാണാതെ,
ഇവർ തെക്ക് വടക്ക്
തിക്കിത്തിരക്കി;
തരികിട കളിക്കുന്നത്
ആർക്കുവേണ്ടി?
ഈ ഭരിപ്പുകാർ
ഇനിയെന്നാണ്
അമ്മേ,
നിന്നെ,
എന്നെ
ഈ നിറമേഴിന്റെ
നേരിനെ തിരിച്ചറിയുന്നത്?

_____
ഡോ. കെ.ജി. ബാലകൃഷ്ണൻ

131

ഒരു കിളിപ്പാട്ട്

1

തുളുനാട്ടിൽനിന്ന് വരുന്ന തത്തേ!
കഥകളറിഞ്ഞ് വരുന്ന മുത്തേ!
ബേക്കലം കണ്ടോ കളരി കണ്ടോ,
തെയ്യവും പൂരവും കണ്ടുവോ നീ?
തച്ചോളി, പാലാട്ടുവാൾപ്പയറ്റും
പുത്തൂരം വീടും പടിപ്പുരയും
ആർച്ച തന്നുറുമിക്കരളുറപ്പും
മൂർച്ചയും കണ്ടു മനം കുളിർത്തോ?

2

മൗനം?
പാട്ടുകേൾക്കുവാനും
പാടുവാനുമുള്ള
മൂഡിലല്ലേ
പൈങ്കിളിപ്പെണ്ണേ!

തുഞ്ചത്താചാര്യന്
കാവ്യം സുഗേയം
പാടിക്കൊടുത്ത
നിനക്കെന്തിനീ
മൗഢ്യം?

നിന്റെകൺകളിൽ
ഭീതി?

നീ ഭയക്കുന്നതാരെ?
നിനക്ക് പറക്കുവാൻ
വിശാലസുന്ദരമായ
ആകാശമുണ്ടല്ലോ!

ഓ,
തുളുനാട്ടിലെ
കുന്നിൻചരുവുകളിൽ
ഇരമ്പിപ്പറക്കുന്ന
വലിയ *പക്ഷിയെ?
തീ തുപ്പുന്ന പക്ഷിയെ?

നിന്റെ തൂവലുകൾ
കരിഞ്ഞുവോ?
പൂനിലാവെട്ടത്തിലും
നിക്കനുഭവപ്പെട്ടുവോ
കൊടുംചൂട്?

പുഷ്പകത്തിലിരുന്ന്
രാവണൻ നിന്റെ ചിറകരിഞ്ഞുവോ?
സീതാലക്ഷ്മിയെ
അപഹരിച്ചവൻ
അഹങ്കാരി,
ആർത്തിമൂത്തവൻ
ദ്രോഹി

3
മൗനം ഭഞ്ജിച്ചു പഞ്ചവർണ്ണക്കിളി
"കണ്ണീരിലും മണിമാരന്റെ വീർപ്പിലും
മണ്ണിലും വിണ്ണിലും വള്ളിക്കുടിലിലും
മഞ്ഞിലും മഴയിലും വെയിലിലും മാദക-
മാധവമാസ മൃദുസുസ്മിതത്തിലും

കാളിയനൂതും കൊടും **നഞ്ചതിൽ ചിത്തം
ആളിയമർന്നു മൃതപ്രായമായി ഞാൻ
പാടുവാനാവാതെ, മൂളുവാനാവാതെ
വ്യോമസൗന്ദര്യം നുകരുവാനാവാതെ
ഒരു നെടുവീർപ്പിൻ മടിയിൽ മയങ്ങുവാൻ
ഒരു മൃദുമാരുതക്കനിവിലമരുവാൻ
കൊതിപൂണ്ട് മതിയിലും മിഴിയിലും
മൊഴിയിലും
മൃതിയുടെ ശ്രുതിതാളമാർന്ന
തുളുനാടിന്റെ
ഗതികേടിൽനിന്നു വരുന്നു; എൻ
അനുജനുമനുജത്തിയും
മുതുമുത്തശ്ശിയമ്മയും
ചതിയുടെ ക്രൂരവക്രതങ്ങൾ
വമിക്കുന്ന
കൊടിയ വിഷജ്വാലയിൽ
കാളുന്ന കാമന
നീട്ടും നിരന്തരയാതന
കാണുവാനാവാതെ,
കരയുവനാവാതെ..”

4
മതി, മരിയോമനേ!
മതി മതി!
തുഞ്ചൻ പറമ്പിലെ
പൈങ്കിളി പാടിയ
മതിമധുരഗീതമോർക്കട്ടെ ഞാൻ-
ഒരുവരി ഉരുവിടട്ടെ;
ആസന്നമാം പരമഗതി;
നേരാമവർക്കാത്മശാന്തി;
ദ്യോ പൊഴിയട്ടെ

നിത്യം നവം അമൃതധാരകൾ;
കനിയട്ടെ ഭൂ മരതകപ്പച്ചയായ്
തേജോമയം ദിനമുണരട്ടെ പർവ്വത-
ശിഖരത്തിലയൂതം
ശുഭശുഭ്രവീചിയായ്!

*ഹെലികോപ്റ്റർ
**എൻഡോസൾഫാൻ

ഞാനെന്ന പൂജ്യം- നിങ്ങളുടെ ചോദ്യം

ആകാശത്തിൽ നിങ്ങളുടെ കൊടികൾ
എനിക്ക് കൊടിയില്ല
നിങ്ങൾ മത്സരാർത്ഥികൾ
ഞാൻ കാണി.

എപ്പോഴും എന്നും
നിങ്ങൾ ജയിക്കുന്നു.
എയും ബിയും;
ഞാൻ തോല്ക്കുന്നു; എക്സ്

എനിക്ക് മൂല്യമില്ല,
ഉണ്ടെങ്കിൽ, അതു പൂജ്യമെന്ന്
നിങ്ങൾക്കറിയാം;
എപ്പോഴും ഞാൻ തുന്നം പാടുന്നത്
എന്തുകൊണ്ടെന്ന് എനിക്കുമറിയാം-
ഞാനേകൻ;
കണ്ണുണ്ടായിട്ടും കണ്ണറിയാത്തവൻ
ഭീരു.

നിനക്ക് ഓടാനും ചാടാനുമറിയാം
നീന്താനും പറക്കാനും
സൈക്കിൾ ചവിട്ട്
കുതിരസവാരി
കുതിരകയറ്റം
കാറോടിക്കാനും വിമാനം പറത്താനും
എനിക്ക് ഇഴയാൻ വിധി
(ക്യൂ നില്ക്കാനും)
നീ, നിങ്ങളായ് (നിന്റെ ഭാഷയിൽ
ഞങ്ങളായി) ച്ചമയും;
ഞാനെപ്പോഴും ഞാൻ മാത്രം.

റോഡിലെ കുഴിയെണ്ണി
നാട്ടിലെ പോലീസുകാരന്റെ
തലയെണ്ണി
നിങ്ങളുടെ (നിന്റെ) രഥയാത്രകളുടെ
വർണ്ണപ്പകിട്ട് കണ്ട് കൺകുളിർത്ത്,
ആരവം കേട്ട് പരിഭ്രമിച്ച്
എനിക്ക് പണി
കൈയടി, കൈപൊക്കൽ
കൂടാതെ,
പണിയെടുക്കൽ
നിങ്ങൾ മത്സരാർത്ഥികൾ–
ഞാൻ കാണി–
നിങ്ങളുടെ അടയാളങ്ങൾ
ചോദിക്കുന്നു,
പൊന്നുരുക്കുന്നിടത്ത്
നിനക്കെന്ത് കാര്യം
എക്സ്?

ഒരു തീപ്പാട്ട്

നിണമൊഴുകുന്നു.
പിണമടിയുന്നു;
നുണ പെരുകുന്നു
നൂറ്റുപേരായി.
കാറ്റ് വീശുന്നു;
കഥ മെനയുന്നു;
നിള വരളുന്നു;
നാട്ടുനോവായി.
നിറപറയും
വിളക്കുമായെത്തും
പുതുവസന്തം
വിറങ്ങലിക്കുന്നു;
അറവുമാടുകൾ
നിരനിരയായി-
പറവ മൂളുന്നു
ചാവിൻ പതങ്ങൾ
നാളെ നേരം വെളുക്കുമ്പൊഴെയ്ക്കും
നീളെ നീളെച്ചിതറിക്കിടക്കും
മോഹഭംഗം-
ഒരു തുള്ളിമാത്രം-
നേര് നേരായ്
തെളിയും തിളക്കം!

അഭ്രം

പൊട്ടിപ്പൊട്ടിച്ചിരിക്കട്ടെ
കുട്ടിത്തം വിട്ടിടാത്ത ഞാൻ
ആകാശമേ, നിന്നെ നോക്കി
മൗനം ഭജിപ്പതെങ്ങനെ?

അന്തമില്ലാതെ നീളും നിൻ
വ്യാപ്യവ്യാപകലീലയിൽ
അന്തംവിട്ടു രമിക്കട്ടെ
മന്ദബുദ്ധിയിവൻ വൃഥാ.

ചന്തമേറും നിന്റെ രഥ്യ-
യലയും വിപിനങ്ങളിൽ
ഉത്തരം ദക്ഷിണം തേടി
ഭിക്ഷാംദേഹി സദാ മുദാ

ചിത്തമേ, നിന്റെയാകാശം
ചിദാകാശം - ഋഷീശ്വരർ
അന്തര്യാമിയെ ധ്യാനിച്ചു
വലം വച്ചു പലപ്പൊഴും

നിന്റെ മാനം ചതുർമാനം
നിത്യകല്യാണകൗതുകം
മനീഷിക്കും മഠയനും
ഋഷിക്കും ശാസ്ത്രകാരനും!

നാലുഭൂതങ്ങൾ നിന്നിൽത്താൻ
മേളമാടുന്നു നിത്യവും
പഞ്ചഭൂതം തികയ്ക്കുന്നു
നിന്റെ വ്യാപ്തം നിയാമകം.

അഞ്ചിനും നിന്റെ സാന്നിദ്ധ്യ-
മറിയാം ഭാവദീപ്തമായ്;
നീലമായ് വെറുതേ കണ്ടു
കൺകുളിർക്കുന്നു മൗഢ്യമായ്!

പിറന്നു വീണു നിന്നിൽത്താൻ
പുലരുന്നു മരണംവരെ
അല്ല, മൃത്യുവിലും നീയെൻ
ലയവിന്യാസമല്ലയോ?

ലായകം നിന്നിലലിയും
ലീനം സർവ്വചരാചരം
വ്യാപ്തം നിന്റെ കടാക്ഷം താൻ
നിലയം നിത്യമാശ്രയം

ചാരെയും ദൂരെയും കുടാ-
തുള്ളിനുള്ളിലുമെപ്പൊഴും
കണ്ണിലും കാതിലും ചിന്താ-
ബന്ധുരം മനനത്തിലും!

ഇഹത്തിലും പരത്തിലും
മൗനശൂന്യമിടത്തിലും
സർവ്വം സർവ്വം സമസ്തം താൻ
നിന്നിൽ നീന്തുന്നു നിർഭരം.

കൂടെത്താൻ സഞ്ചരിക്കുന്നു
നിഴൽപോലെയഹർന്നിശം
സിംഹാസനമൊരുക്കുന്നു
സങ്കല്പസദനത്തിലും!

മനനം കീഴടക്കുന്നു
നിന്റെ വൈപുല്യമത്രയും
നിദിദ്ധ്യാസമമേയത്വം
ചമയ്ക്കും പരിമേയമായ്!

കണ്ണിനും കാതിനും പ്രാപ്യ-
മാകാ തലസമസ്യയിൽ
ദൂതു പോകുന്നു ചിത്തത്തി-
നൊപ്പമാളി കണക്കയേ.

ശാസ്ത്രമോതുന്നു നീ നീളും
നീളും നിമിഷമാത്രയിൽ
അന്തമില്ലാതെ; യാനന്ദം
മുനീന്ദ്രനയനങ്ങളിൽ!

കാളിദാസകവീന്ദ്രന്നു
കാവ്യഭാവനയാണു നീ
നാരായണയതീന്ദ്രന്നു
നിത്യനിശ്ചയമാണുനീ!

ഗൃഹസ്ഥാശ്രമിയാമെന്നിൽ
പ്രലോഭനസുദർശനം
അഭ്രമായ് വിലസും നീയെൻ
നിത്യവിസ്മയമല്ലയോ!

ത്രിമധുഃ

ഒരു കുഞ്ഞിളം കാറ്റിൻ
മൃദുമന്ത്രണം കാതിൽ
ചിരസായൂജ്യം കണ്ണിൽ
കരളിൽ പൂവിൻ നോവിൽ
ഉണ്മയാമുദാത്തത്തിൽ
ഊഷ്മളനിശ്വാസത്തിൽ
വെണ്മയക്കുളുർമ്മയിൽ
വിണ്ണിലെ വിദൂരത്തിൽ!

അളവുമളവിന്റെ
സീമകളുല്ലംഘിക്കും
കനവും കനവിലെ
നിറവിൻ നിറക്കൂട്ടും
ചുരുളും ചുരുളിലെ
ബിംബകല്പനകളും

സുരസാന്ദ്രമാമേതോ
ഹ്രദ വിഭ്രമങ്ങളും
അഴകേ, നിന്നെത്തേടു-
മെന്നിലെ തീരാത്തിര
നിഴലായ് നിരുക്തമായ്
നീളുമെൻ നീലാകാശം
പിന്നെയുമദൃശ്യത,
അറിവിൻപാഥേയമായ്
നിന്നുടെ നിസ്സംഗത,
നിത്യത, നിശ്ശബ്ദത!
അഞ്ചിനുണ്മയാമാറിൻ
ചതുരം ചതുർമാന-
മന്ദിരം, വികല്പന-
ഭാസുരം, നിരാകാരം!
അഴകേ, നിൻ സാന്നിദ്ധ്യ-
മറിവേൻ, സ്വദിക്കുന്നേൻ
അഴലിൽപ്പൂന്തെന്നലായ്
മരുവിൽമഴക്കാറ്റായ്!

കുറിപ്പ്:-
ത്രിമധുഃ - ഒരു ജാതി, ഒരു മതം, ഒരു ദൈവം മനുഷ്യന് (ശ്രീനാരായണനിസം)

എന്റെ മ്യാം മ്യാം
ടൈഗറിന്റെ ബൗ ബൗ

1

അതെ, ഈയിടെയായി
എന്റെ പുലരികൾ
ഇരുളിലേയ്ക്ക്
ഉണരുന്നു.

2

കിഴക്ക് പൊന്നുരുക്കുന്നിടത്ത്
പൂച്ചക്ക് കാര്യമില്ലെന്ന്.

അമ്മയെറിയുന്ന ചാളത്തലക്ക്
കാക്കയോടും ടൈഗറോടും
കടിപിടികൂടി,
വടക്കേ ഉമ്മറത്ത്
കഴിഞ്ഞാൽ മതിയെന്ന്.

എലിയെപ്പിടിക്കേണ്ടും നേരം
വിളിക്കാമെന്ന്.

അമ്മ,
അമോണിയച്ചാളവെള്ളം
വാഴത്തടത്തിലൊഴിച്ച്,
ഒരുരൂപക്കരിക്കാടി കുടിച്ച്,
കൂടി കിടന്നോളുമെന്ന്.

കുല വെട്ടാൻ രാമനെ
ചട്ടം കെട്ടാമെന്ന്.

ശുംഭനത് വഴിപോലെ
അനന്തപുരിയിലോ,
ഇന്ദ്രപ്രസ്ഥത്തിലോ
എത്തിച്ചുകൊള്ളുമെന്ന്.
മാതേവൻ കരയുന്നത്
കാര്യമാക്കേണ്ടെന്ന്.

3
നീ നാട്ടുകാര്യം
വീട്ടുകാര്യം
പായ്യാരം പറഞ്ഞ്
നാടോടിപ്പാട്ട് പാടി,
റോട്ടിലെ കുഴിയെണ്ണി,
ബേവരെജ് ഔട്ട്ലെറ്റുകളുടെ
നിര നീട്ടിക്കോളുമെന്ന്.

സോളാർ പ്രഭാതങ്ങൾ
നൂറ് പൂക്കൾ
വിരിയിച്ചുകൊള്ളുമെന്ന്.

കരിമണൽ വാരി
ഞങ്ങൾ
തീരം വെളുപ്പിച്ചോളാമെന്ന്,
"കോൾ"പ്പാടം കൊയ്തോളാമെന്ന്.

നമ്മള് കൊയ്യും വയലെല്ലാം
നമ്മുടെതാകും പൈങ്കിളിയേയെന്ന്.

നിന്റെ ചാളമുറ്റത്ത്
പുഷ്പകമിറക്കിക്കോളാമെന്ന്.

4
നാടായനാടൊക്കെ രാജവീഥി തീർത്ത്
ടോൾ പിരിച്ചോളാമെന്ന്.

നിന്റെ വേർപ്പായ വേർപ്പൊക്കെ
സ്വിസ്സ്ബാങ്കിൽ സൂക്ഷിച്ചോളാമെന്ന്.

പൊന്നായ പൊന്നൊക്കെ
നല്ല നാളേക്ക് കരുതിക്കോളാമെന്ന്.

ഞങ്ങൾ, അഞ്ചാണ്ടിൽ
വീടായ വീടിന്റെ
പടിയായ പടിയൊക്കെ
ശരണംവിളിച്ച്
ചവിട്ടിക്കോളാമെന്ന്.

5
നീ മിണ്ടാതെ,
രണ്ടെണ്ണമടിച്ചുകിറുങ്ങി,
ദാ,
ആ ചാരക്കൂനയിൽ
കഴിഞ്ഞോണ്ടാൽ മതിയെന്ന്.

(വോട്ടുയന്ത്രം അവർ-
പോലീസും പട്ടാളവും -
നിന്റെ ചൂണ്ടാണിത്തുമ്പത്ത്
എത്തിച്ചുകൊള്ളുമെന്ന്.)

6
നീ വേണേൽ
ഇടക്കിടെ
ഒന്ന് മ്യാം മ്യാം
വെച്ചോളൂ
എന്ന്.

(ടൈഗറും നിർബാധം ബൗ ബൗ
കൊരച്ചോട്ടെ- എന്ന്.)

ചുവന്ന നക്ഷത്രം

നീലനിശീഥിനി; കൂമ്പിയ താമര-
പ്പൂവുകൾ; കൂമ്പുവാൻ വെമ്പുന്ന കണ്ണുകൾ.
അഞ്ചു സംവത്സരം; അഞ്ചു വസന്തങ്ങൾ
സങ്കല്പസുന്ദരമോർമ്മകൾ, ഓർമ്മകൾ.
മാഞ്ഞു മന്ദസ്മിതം, തേഞ്ഞിതെൻ കാഞ്ചന-
ത്തേരുരുൾ, പാടേ തളർന്നൂ കുതിരകൾ,
സാരഥി ഞാനോ തെളിയ്ക്കയാണിപ്പൊഴും:-
താരകേ, നിന്നടുത്തെത്തുവാനക്ഷമം-
ചേതന സ്വപ്നം കരിഞ്ഞുപോയെങ്കിലും!

മോഹങ്ങൾ, എണ്ണിയാൽത്തീരാക്കനവുകൾ;
നീൾമിഴിക്കോണുകൾ; ഉള്ളിലെ ദീപ്തമാം
നോവിൻ പ്രതീകമാം കൂരിരുൾ, ഭീതിദ-
വർത്തുള വീഥി, വിഹായസ്സപരാത;
വിസ്തൃതി, നക്ഷത്രജാലം, അഗണ്യത!
ഒക്കെയുമുജ്ജ്വലമൊപ്പം മനോഹരം
ഒപ്പം വിചിത്രം പ്രിയങ്കരമെങ്കിലും

എൻ ചിത്തഭൂവിൻ പ്രകാശമായ്ത്തീർന്നു നിൻ
പുഞ്ചിരി മാത്രം ചുവന്ന നക്ഷത്രമേ!
നീ മാത്രമാണെന്റെ താരാപഥത്തിലെ
താരക, മേകാന്തതാരകമോമനേ!
നീ മാത്രമാണെന്റെ ഞായറും തിങ്കളും-
നീ മാത്രമാണെന്റെയുള്ളിലെക്കൊള്ളിമീൻ
മാനസവല്ലരി പൂത്തു; പൂ നുള്ളുവാ-
നോമലേ, നിന്നെ ക്ഷണിച്ചു ഞാനെങ്കിലും
വന്നീല നീ;യിത്ര കാലമായിട്ടുമെ-
ന്നുള്ളിന്റെയുള്ളറിഞ്ഞീലയോ സ്വപ്നമേ!

വീണ മീട്ടും കരപല്ലവം കൊണ്ടെന്റെ
പ്രാണനിൽ ദു:ഖം ചൊരിഞ്ഞു സരസ്വതി!
ഭൂവിതിൽ രോമഹർഷങ്ങളുണർത്താതെ
കൂരിരുളായിച്ചമഞ്ഞു നിലാവൊളി!
അന്നേയറിഞ്ഞു ചുവന്ന നക്ഷത്രമേ
അന്നേയറിഞ്ഞു ഞാനാദ്യവുമന്തവും
തേരിതൊരിയ്ക്കലും നിന്നടുത്തെത്തില്ല
കൂരിരുട്ടാണെന്റെ മുന്നിലും പിന്നിലും!
നീ മറന്നെങ്കിലും, നീ മറഞ്ഞെങ്കിലും
മാമകമാനസം നിൻ നീലവിണ്ടലം!
നിന്റെയാണിപ്പനീർപ്പൂവനം, ഭാവനാ-
മന്ദിരം, മൽപ്രേമസൗവർണ്ണമണ്ഡലം!
നോവുകളെന്നെ വലിച്ചു നിരാശതൻ
ഹോമകുണ്ഡത്തിലെറിയുന്ന വേളയിൽ
ദു:ഖസ്ഫുലിംഗങ്ങൾ പൊങ്ങിപ്പറക്കവേ,
ഭഗ്നസ്വപ്നാനലജ്വാലകൾ ഭീകര-
രക്തനേത്രങ്ങൾ തുറക്കവേ, യെന്നിലെ-
ഓർമ്മകളവ്യക്തമാകവെ, ബ്രഹ്മാണ്ഡ-
മെന്മനോമണ്ഡലം തന്നിൽ വിവർണ്ണമാം
വർണ്ണമാലാവൃതമാകവേ, ഓമനേ,
ഇന്ദുവായ് നിന്നെ സ്മരിയ്ക്കുമീയംബരം
മന്ദസ്മിതമായ് വിരിയുമീ നൊമ്പരം!

ചിന്തയ്ക്കധീനനായ് സർവ്വചരാചര-
ബന്ധവിമുക്തനായ് സ്വപ്നസമാധിയിൽ
ഞാനാം കവിയിരിയ്ക്കുമ്പൊഴും നിന്മുഖം
മാനസപ്പൊയ്കയിൽ വന്നു വിടർന്നിടും
താമരപ്പൂവായ്, മൃദുർമ്മികളായിരം
താലോലമാട്ടും, എൻ ചിത്തവിപഞ്ചിക-
യാലപിച്ചീടും മനോഹരമാദക-
ഗീതം, അഭൗമമാമന്തരീക്ഷത്തിൽ ഞാൻ
വേദനയെല്ലാം മറക്കുമെൻ ജിവന്റെ
മോഹമേ, നീയെങ്ങു പോയൊളിച്ചീടുവാൻ!

മാമകഭാവനാ നീലവിഹായസ്സി-
ലോമനേ, മിന്നും ചുവന്ന നക്ഷത്രമായ്
പ്രാണന്റെ ദാഹം തുറക്കുമുൾക്കണ്ണുകൾ
കാണും തവാനനം, രൂപ; മഹങ്കാര-
ഭാവം- എങ്ങെങ്ങും പറന്നുപോവില്ല നീ!

(1970 ജനുവരി പതിനൊന്നിന്റെ മാതൃഭൂമി ആഴ്ചപ്പതിപ്പിൽ പ്രസിദ്ധീക
രിച്ച കവിത. അന്നെഴുതിയിരുന്നത് 'ജി. ബാലകൃഷ്ണൻ' എന്ന പേരിൽ.)

മുഗ്ദ്ധാസങ്കല്പം

ഓരോ തുടിപ്പിലുമായിരം സ്വപനങ്ങൾ
ഓരോ തുടുപ്പിലുമായിരം പൂവുകൾ,
ജീവന്നമോഘമാം ദിവ്യാനുഭൂതികൾ,
മോഹങ്ങൾ, ജീവിതത്തേരിന്നുരുളുകൾ!
പാടിപ്പഴകിയ നാടോടി ഗീതിതൻ
പാതി ദ്രവിച്ച വികൃതമാം പല്ലവി
മൂളിയനിർവ്വചനീയമാം നൊമ്പരം
പേറിപ്പതുക്കെയിഴഞ്ഞുനീങ്ങും നദി!
അപ്സരകന്യകൾ, താരകുമാരികൾ
നിത്യം മദിച്ചു കളിക്കുന്ന വേളയിൽ
ആ മനോമോഹിനിമാരുടെ നഗ്നത
കണ്ടു കൊതിക്കുന്ന സൈകതഭൂമികൾ;
ദൂരെ നിന്നെത്തിനോക്കുന്ന വൻ വൃക്ഷങ്ങൾ!
പർവ്വതശ്രംഗങ്ങൾ;- മിഥ്യാനുഭൂതികൾ!
നിശ്ചലം നിൽക്കുന്നു ഞാൻ നിത്യദു:ഖിത-
നുൾക്കൺ തുറന്ന് പ്രപഞ്ചപ്രദക്ഷിണം
വയ്ക്കും മനസ്സിൻ മധുരാനുഭൂതിയി-
ലൊക്കെ ലയിക്കുന്ന സന്മുഹൂർത്താർത്ഥിയായ്,

ഭാവമറിയാത്ത രൂപമായാകാശ-
സീമയിൽ നിന്നു നീ പുഞ്ചിരികൊള്ളവേ,
നിന്നിൽ മിഴിനട്ടു; നിന്നധരങ്ങളിൽ
മിന്നി മറയും മധുരസ്വപ്നങ്ങളെ
എണ്ണിയാൽ തീരാത്ത പൊൻശലഭങ്ങളെ,
വിണ്ണിന്നവാച്യമാമുൾപ്പുളകങ്ങളെ,
ഒന്നു തൊടാൻ കൊതിയൂറും വിരലുമാ-
യിങ്ങു നില്ക്കുന്നു ഞാൻ - നിൻനിത്യകാമുകൻ!
ഓരോ തുടിപ്പുലുമായിരം സ്വപ്നങ്ങൾ,
ഓരോ തുടുപ്പിലുമായിരം പൂവുകൾ
ജീവന്നമേയമാം ദിവ്യാനുഭൂതികൾ,
മോഹങ്ങൾ, ജീവിതത്തേരിന്നുരുളുകൾ!
അന്തരംഗത്തിലുണരുമാരാധന
മന്ദമന്ദം സ്നേഹഭാവമായാശതൻ
ദീപമായ്, ഉള്ളിലൊതുക്കുവാനാവാത്ത
രാഗമായ്, സ്വപ്നമായ്, നവ്യപ്രകാശമായ്
മാറും നിമിഷമെൻ പ്രാണന്റെ ദു:ഖമായ്-
ത്തീരുമെന്നാലുമെൻ മുഗ്ദ്ധസങ്കല്പമേ,
നിന്നെ മറക്കുവാവില്ലൊരിക്കലും-
നീയെന്നനശ്വരസംഗീതമല്ലയോ?

1969 ജൂലായ് ലക്കം 'അന്വേഷണ'ത്തിൽ (പത്രാധിപർ - വയലാർ) പ്രസിദ്ധം ചെയ്ത കവിത.